हिंदीच्या
११ अमर कथा (मराठीत)

संपादन
नरेंद्र कुमार वर्मा

डायमंड बुक्स

www.diamondbook.in

© प्रकाशकाधीन

प्रकाशक : डायमंड पॉकेट बुक्स (प्रा.) लि.
X-30, ओखला इंडस्ट्रियल एरिया, फेज- II
नवी दिल्ली- 110020
फोन : 011-40712200
ई-मेल : sales@dpb.in
वेबसाइट : www.diamondbook.in
प्रकाशन : 2023

हिंदीच्या ११ अमर कथा (Hindi Ki 11 Kaljayi Kahaniyan (Marathi)
Edt. by : Narendra Kumar Verma

भूमिका

कथा ऐकणे, वाचणे आणि लिहिण्याची एक दीर्घ परंपरा प्रत्येक देशात राहिलेली आहे, कारण की त्या सर्वांसाठी मनोरंजक असतात. मुलांना कथा ऐकण्याची भारी हौस असते आणि आपण आजी आजोबाच्या कथा ऐकून मोठे झाले आहोत. कथांचा उद्देश मनोरंजन असा असतो पण त्या आपल्याला काही बोध पण देतात. हिंदीत कथा लेखनाची एक पद्धत आहे. एकोणिसाव्या शतकात गद्य लेखनात एका पद्धतीचा विकास झाला, ज्याला आपण कथा या प्रकाराने ओळखतो. बंगालमध्ये यालाच 'गल्प' असे म्हणतात. कथेने इंग्रजी ते हिंदी पर्यंतचा प्रवास बंगालाच्या माध्यमातून केला. मनुष्याच्या जन्मासोबतच कथेचाही जन्म झाला आणि कथा सांगणे आणि ऐकणे हा मनुष्याचा प्राचीन स्वभाव बनला आहे. यामुळेच समाज सभ्य असो अथवा असभ्य कथा हा प्रकार आपल्याला आढळतोच. आपल्या देशात कथांची एक मोठी आणि दीर्घ परंपरा राहिलेली आहे.

प्राचीनकाळात शतकापासून वीर तसेच राजांचे शौर्य, प्रेम, न्याय, ज्ञान, वैराग्य, धाडस, सांगरी प्रवास, अगम्य पर्वतीय प्रदेशात प्राण्यांचे अस्तित्त्व आदींच्या कथा, यात घटनेचं वर्णन कथाप्रकारात असायचं. 'गुणढ्या'च्या 'बृहत्कथा' यात 'उदयन', 'वासवदत्ता', सागरी व्यापारी, राजकुमार तसेच राजकुमाऱ्यांच्या पराक्रमाची घटना मुख्य कथांचे प्राबल्य आहे, त्यांना प्राचीन कथा म्हटल्या जाऊ शकते. बृहत्कथा चा प्रभाव 'दंडी' च्या 'दशकुमारचरित' 'बाणभट्ट' ची कांदबरी' 'सुबंधु' चे 'वासवदत्ता' धनपालचे 'तिलकमंजिरी' सोमदेवचे 'यशस्तिलक' तसेच मालतीमाधव' 'अभिज्ञान शाकुतंलम्' 'मालविकाग्निमित्र' 'विक्रमोर्वशीय', रत्नावली', 'मृच्छकटिकम् सारख्या काव्यसंग्रहावर सरळ सरळ प्रतिबिंबित होतात. याशिवाय लहान लहान पंचतंत्र, हितोपदेश, वेताळ पच्चीसी, सिंहासन बत्तीसी', शुक सप्तती' कथा सरित्सागर, भोजप्रबंध' सारखे साहित्य तसेच कलात्मक कथांचे युग आले. या कथां श्रोत्यांचे मनोरंजन तर करतातच पण सोबतच नीतिचा उपदेशही

त्यातून मिळतो. बहुदा कथेत असत्यावर सत्याचा विजय, अन्यायावर न्यायाचा आणि अधर्मावर धर्माचा विजय दाखवलेला असतो.

गद्य प्रकार हा कथेसाठी वापरण्यात येणारा सर्वांत लोकप्रिय मनोरंजक प्रकार आहे. कथा साहित्याचा असा गद्य प्रकार आहे ज्यात जीवनाच्या कोणत्या अशा एका बाजूची कल्पना मुख्य, हृदयस्पर्शी तसेच सुरूचीपूर्ण कथात्मक वर्णन असते. रविंद्रनाथ टागोर यांच्या मते 'कथा नदीच्या वाहत्या प्रवाहासारखी आहे.'

कथा मानवी जीवनाचे असे अखंड चित्र आहे ज्याला कोणतीच मर्यादा नाही आणि ज्यात कोण्या एका बाजूची अनिवार्यता नसते.

कांदबरी आणि कथा यातला फारक स्पष्ट करीत असताना प्रेमचंद असे म्हणतात, 'कथा हा असा प्रकार आहे, ज्यात जीवनाचे एखादे अंग किंवा कोण्या एका मनोभावाला शब्दबद्ध करणे लेखकाचा उद्देश असतो. त्याला त्याचे चरित्र, त्याची शैली, त्याचा कथा विन्यास असं सगळं एकाच ठिकाणी व्यक्त करायचं असतं." कांदबरीत मानवी जीवनाचे संपूर्ण बृहद रूप चित्रित करण्याचा प्रयत्न असतो. कथेत कांदबरीप्रमाणे सर्व रसांचा समावेश नसतो. मुंशी प्रेमचंद तसेच जयशंकर प्रसाद, जैनेद्र, अज्ञेय, यशपाल आदी कथाकारात लोकप्रिय आहेत.

कथेला साहित्य विद्वानाने परिभाषित करण्याचा अनेक प्रकारे प्रयत्न केला आहे. परंतु कथेला विशिष्ट अशा परिभाषेत नाही बांधल्या जाऊ शकत. हे खरे आहे की या परिभाषेमुळे कथा लेखनाच्या मूळ प्रकृतीचा कमी अधिक परिचय आवश्य मिळतो. कथा समजून घेण्यासाठी काही परिभाषा पुढे दिल्या आहेत.

प्रसिद्ध अमेरिकन लेखक एडगर एलन पो यांच्या मते लहान कथा एक असे आख्यान असते जे इतके लहान असावे की एका बैठकीत वाचल्या जावे आणि तिचा वाचकांवर प्रभाव पडावा, या उद्देशाने लेखन झालेले असावे. ज्यात प्रभावोत्पादकतेत अडथळा आणणाऱ्या तत्त्वांना वगळलेले असावे आणि जी स्वतः पूर्ण असावी.

प्रसिद्ध समीक्षक विलियम हेनरी यांच्या मते, लघुकथेत एक ही मूलभाव असायला हवा. त्या मूलभावाचा विकास केवळ एकही उद्देशाला लक्षात घेऊन सरळ पद्धतीने तर्कपूर्ण निष्कर्षासह करायला हवे.'

जान फास्टरने कथेची परिभाषा या प्रकारे केली आहे, असामान्य घटनांची ती श्रखंला जी परस्पर संबंधातून एका शेवटच्या परिणामावर पोहचणारी आहे.'

भारतीय कथाकार मुंशी प्रेमचंद यांच्या मते, कथा एका ध्रुपदाचा ताण आहे, ज्यात गायक महफिल सुरू होताच आपली संपूर्ण प्रतिभा दाखवतो. एका क्षणात

चित्ताला इतक्या माधुर्याने परिपूर्ण करतो की रात्रभर गीत ऐकूनही परिपूर्ण होणार नाही.'

आणखी एका ठिकाणी मुंशी प्रेमचंद कथेबद्दल लिहितात, कथेचा उद्देश संपूर्ण मनुष्याला शब्दबद्ध करणे नाही, तर त्याच्या चरित्राचा एक भाग दर्शवणे असते.

आचार्य रामचंद्र शुक्लच्या मते, कथा साहित्याचे असे रूप आहे, ज्यात कथा प्रवाह तसेच कथाकथनात अर्थ आपल्या नैसर्गीक स्वरूपात अधिक विद्यमान असल्याचे दिसते.

कथाकार कथेचा उद्देश कलात्मक पद्धतीने जीवनाची व्याख्या करायला सांगतो. अनेकदा तर कथेचा उद्देश आपल्या कथेतून सामाजिक किंवा नैतिक मूल्यांची स्थापना करणे हा असतो किंवा एखाद्या सामाजिक, आर्थिक, राजकीय समस्याकडे लोकांचे लक्ष वेधून घेणे हा असतो किंवा एखाद्या परिस्थितीवर व्यंग करणे असते किंवा आपल्या वाचकांचे मनोरंजन करणे असतो.

- नरेंद्र कुमार वर्मा

दोन शब्द

मी अनेक वर्षांपासून चिंतन करीत होतो की असे काही साहित्य दिल्या जावे की ज्यात भारताच्या लोकसाहित्याचे प्रतिनिधित्व केल्या जावे.

प्रत्येक वर्षी एक नवा प्रयोग करण्याच्या इच्छेनुसार १ जानेवारी, २०२१ च्या सकाळी मी हा संकल्प केला की 'भारत कथा माला' यात नव्या दमाच्या लेखकांच्या कथा प्रकाशित केल्या जाव्यात. इथेच भारत कथा मालेचा जन्म झाला.

स्वातंत्र्याचे ७५ वे वर्षे (अमृत महोत्सव) च्या निमित्ताने डायमंड बुक्सकडून २८ राज्य आणि ९ केंद्र शासित प्रदेशाच्या विभिन्न भारतीय भाषेला हिंदीत प्रकाशित केले आहे. ज्यात प्रत्येक राज्यातून चार पुस्तके २१ श्रेष्ठ स्त्रीमनाच्या कथा, २१ श्रेष्ठ बालमनाच्या कथा, २१ श्रेष्ठ युवामनाच्या कथा आणि २१ लोक कथांचा समावेश आहे.

या कथामालेत सहभागी असणारे कथाकर फुलासमान आहेत ज्यात साहित्याचा गंध आहे, ज्यात प्रत्येक फुलाला गंध आहे. मी सर्व लेखनी बहाद्दरांना आणि लेखनीच्या सेवकांना, ज्यांनी आपली श्रुती, स्मृती आणि विद्येच्या जोरावर ही कथामाला समृद्ध केली, त्यांचे अभिनंदन करतो.

भारत कथामालाद्वारा मला संधी मिळाली आहे की त्यातील प्रत्येक फुल मी सादर करावे. एक प्रकाशक म्हणून मी सर्वांचा ऋणी आहे, ज्यांनी मला माझ्या ६० वर्षाच्या प्रवासात मला गर्व करण्याची संधी दिली.

हे पुस्तक समर्पित आहे,

आशु कवी आणि मित्र नरेश शांडिल्याला...

माझे असे मत आहे की भारत एक विशाल असा देश आहे, ज्यात अनेक संस्कृती, परंपरांचा समावेश आहे. विभिन्न राज्याचे सण-उत्सव, रहाणीमानाची पद्धत, शैक्षणिक आवस्था, वर्तमान आणि भविष्याचे चिंतन, आहाराचे वेगळेपण, सांस्कतिक विकास, म्हणी, पोषाख आणि उत्सव इत्यादीची माहिती देखील कथांच्या माध्यमातून

मिळते. ही गोष्ट लक्षात घेता की भारताचे सर्व प्रदेशाचे रहिवासी, साहित्याच्या माध्यमातून एकमेकांना समजून असावेत, प्रभावित असावेत, म्हणून अशाप्रकारचे साहित्य उपलब्ध करणे आमचे प्रमुख उद्देश बनले. २ वर्षाच्या कठोर परिश्रमानंतर डायमंड बुक्सद्वारा या वर्षी **भारत कथा माला** चे प्रकाशन शक्य झाले. २८ राज्य आणि ९ केंद्र शाशित प्रदेशांच्या जवळजवळ ३००० लेखकांच्या आणि १०० संपादकांच्या अथक परिश्रमाचा परिणाम आहे, 'भारत कथा माला' या कथा मालेत जवळजवळ १२६ पुस्तके प्रकाशित झाली, ज्यात ३००० पेक्षा अधिक रचनांना सहभागी करून घेण्यात आले आहे. 'अमृत महोत्सव' या पवित्र प्रसंगी हे महान कार्य झाले आहे, जे हिंदी वाचकांसाठी एक वेगळाच अनुभव प्रदान करील.

डायमंड बुक्सने आपल्या दीर्घ प्रवासात हिंदी, इंग्रजी आणि भारताच्या इतर प्रमुख बारा भाषेत जवळजवळ दहा हजारापेक्षा अधिक पुस्तके प्रकाशित केली आहेत. दररोज एक पुस्तक प्रकाशित करण्याचे आमचे रेकॉर्ड आजही कायम आहे.

ही प्रेरणा आम्हाला माझ्या आजोबाकडून मिळाली, ज्यांनी १९२८ मुलतान (पाकिस्तान) या ठिकाणी प्रकाशन सुरू केले, हा प्रकाशन प्रवास दिल्लीत १९४८ पासून सुरू आहे आणि आता चौथी पिढी हे काम सांभाळत आहे.

- नरेंद्र कुमार वर्मा

अनुक्रणिका

१.

तो म्हणाला होता

-चंद्रधर शर्मा गुलेरी

मोठ्या-मोठ्या शहरातील तांगेवाल्यांच्या जिभेच्या असूडाने ज्यांची पाठ सोलल्या गेली आहे आणि कान पकले आहेत, त्यांना माझी विनंती आहे की अमृतसरच्या त्यांनी बांबू कोर्टवाल्याच्या जिभेचा मलम लावावा. मोठ्या शहरातील लांब लांब अशा रस्त्यावरून घोड्यांना हाकताना तांग्यावाले कधी घोड्याचा त्यांच्या आजीसोबत यौन संबंध जोडतील, तर कधी त्याच्या गुप्तांगाचे असे वर्णन करतील की डॉक्टर लाजेल. कधी रस्त्यावरून चालताना पादचाऱ्यांची नजर चुकल्याबद्दल त्यांना वाईट वाटतं, कधी पायाची नखं चिमटून ते स्वतःवर अत्याचार झाल्याचं सांगतात आणि जगभरातील ग्लानी आणि क्षोभाचा आवतार बनलेल्या नाकाने सरळ चालतात, मग अमृतसरमध्ये त्यांच्या सारख्याच वर्दळीच्या चौकातून प्रत्येक मुलीसाठी थांबणारे आणि प्रतिक्षेची परिक्षा देणारे, खालसाजी म्हणत चल भाऊ, थांब बंधू, येऊ द्या लालाजी, बाजूला हो बाछा म्हणत पांढरे फेटे, खेचरे आणि बदकं, ऊस आणि खामचे आणि भारेवाल्याचा रस्ता जंगलातून शेताकडे जातो. साहेब किंवा जी म्हटल्याशिवाय कोणी जाऊ देईल अशी शक्यताच नाही. असे नाही की त्यांची जीभ चालत नाही, चालते पण तीक्ष्ण सुरीसारखी नाजूक जखमी करते. एखादी म्हतारी वारंवार ताकीद देवूनही गाडीरस्त्यावरून बाजूला होत नसेल, तर त्यांच्याकडे काही खास शब्दावली आहे, बाजूला हो जागीणी, बाजूला हो करम वालीए, बाजूला हो, पुत्तन प्यारीए. बच जा लम्बी वालिए. जगात याचा अर्थ असा होतो की तू जगण्यालायक आहेस, तू भाग्यशाली आहेस, पुत्रांना प्रिय असणारी आहेस, तुला दीर्घ आयुष्य मिळो. पण तुला काय माझ्या चाकाखाली मरायचे आहे का ? सावध रहा. अशा बांबूच्या गाड्यातून वाट काढत एक मुलगा आणि एक मुलगी एका दुकानात भेटले. तिचे केस आणि तिच्या सैल कपड्यावरून

समजत होतं की ते दोघे शिख आहेत. तो त्याच्या मामाचे केस धुण्यासाठी दही आणायला आला होता आणि ती स्वयंपाकासाठी मसाला. दुकानदार एका परदेशी व्यक्तीसोबत डोकं लावत होता, जो शेरभर ओल्या पापडाच्या गड्ड्या मोजल्याशिवाय जात नव्हता.

- तुझे घर कुठे आहे ?
- पण मी... आणि तुझे ?
- माँझे में. इथे कुठे रहातेस ?
- अतरसिंहच्या बैठकीत, ते माझे मामा लागतात.
- मी देखील मामाकडे आलो आहे, त्यांचं घर गुरू बाजारात आहे.
- इतक्यात दुकानदाराने त्यांना पाहिजे असलेले सामान दिले आणि दोघे सोबत निघाले. थोड्या अंतरावर गेल्यावर मुलाने हसून विचारले तुझा साखरपुडा झाला का? असे ऐकल्यावर मुलीनं डोळे वटारून पहात 'धत्' म्हटले आणि पळाली, मुलगा तोंडाकडे पहात राहिला.

दुसऱ्या तिसऱ्या दिवशी भाजीवाल्याकडे, किंवा दुधवाल्याकडे दोघे अचानक भेटले. महिनाभर असेच चालत राहिले. दोन तीन वेळा मुलाने पुन्हा विचारले, तुझा साखरपुडा झाला? आणि उत्तर म्हणून तसलेच धत मिळाले. एका दिवशी ज्यावेळी पुन्हा मुलाने चिडवण्यासाठी विचारल्यावर मुलगी मुलाच्या अपेक्षापेक्षा उलटी बोलली-हो, झाला आहे.

- कधी ?
- काल, पहिला नाहिस हा रेशमाचा शालू. मुलगी पळून गेली. मुलाने सरळ घराचा रस्ता धरला. रस्त्यात एका मुलीला मोरीत ढकलून दिले, एका छाबडीवाल्याच्या दिवसभराची कमाई बुडाली. एका कुत्र्याला दगड मारला आणि गोभीवाल्या ठेल्यात दुध सांडवले. समोरून स्नान करून आलेल्या कोण्या वैष्णवीला धडक मारून 'आंधळा' असं ऐकून घेतलं. मग कुठे घर गाठलं.
- ठिकाणावर ये. कयामत आली आहे आणि लपटन साहेबाचा ड्रेस घालून आली आहे.
- काय? लपटन साहेब किंवा एकतर मेले आहेत किंवा कैद झाले आहेत. तिची वर्दी घालून आलेली जर्मन आया आहे. सुभेदाराने तिचं तोंड पाहिले नाही. मी पाहिले आहे, आणि बोलली आहे. सौहरा चांगली उर्दू बालतो, पण पुस्तकी उर्दू. आणि मला ओढण्यासाठी सिगारेट दिलं.

- तर मग ?
- आता मारल्या गेले. धोका आहे. सुभेदार चिखलात चकरा मारतील आणि इकडे खाईवर हल्ला होईल तिकडे त्याच्यावर हल्ला होईल. उठा, एक काम करा. पलटनमध्ये पायाचे निशाण पहात पहात पळून जा. अजून फार दूर गेले नसतील. सुभेदाराला सांगा की ताबडतोब ये. खंदकाची गोष्ट खोटी आहे. चालता हो, खंदकाच्या मागून निघून जा. पत्ता सुद्धा विचारू नकोस. उशीर करू नकोस.'
- आदेश तर असा आहे की...
- आदेशाची ऐसी की तैसी ! माझा आदेश आहे...जमादार लहनसिंह जो यावेळी इथे सर्वांत मोठा अधिकारी आहे, त्याचा आदेश आहे. मी लपटन साहेबाची खबर घेतो.
- पण इथे तर तू आठच आहेस. आठ नाही, दहा लाख. एक एक अकालिया सिख सव्वा लाखाचा असतो. चल जा.

परत येताना लहनसिंह खंदकाच्या भिंतीला चिकटला. त्याने पाहिले की लपटन साहेबाने खिशातून बेलासारख्या तीन गोळ्या काढल्या. तिघांना जागो जागी खंदकाच्या भिंतीत घुसवले आणि तिघांत एक तार अशी बांधली. तारीच्या समोर सुताची गाठ होती, ज्याला सेगडीजवळ ठेवले. बाहेरच्या अंगाने जाऊन एक वात पेटवण्यासाठी एका वातीची गाठ ठेवली....वीजेप्रमाणे दोन्ही हातानी उलटी बंदूक उचलून लहनसिंहने साहेबाच्या कोपरावर मारले. फटक्यासहित साहेबांच्या हातून वात खाली पडली. लहनसिंहने एक बुक्का साहेबाच्या मानेवर मारला आणि साहेब डोळे मिटत शांत पडले. लहनसिंहाने तीन गोळे उचलले आणि बाहेर फेकले आणि साहेबाला ओढत ओढत सेगडीजवळ झोपवले. खिशाची तपासणी घेतली. तीन चार लिफाफे आणि डायरी काढून ते स्वतःच्या खिशात टाकले.

साहेब शुद्धीवर आले. लहनसिंह हसून बोलले, काय लपटन साहेब, कसं वाटतय आता ? आज मी बऱ्या गोष्टी शिकलो. हे शिकलो की सिख सिगारेट ओढतात. हे शिकलो की जगाधरीच्या जिल्ह्यात नीलगाई असतात आणि त्यांना दोन फूट चार इंच इतके सिंग असतात. हे शिकलो की मुसलमान स्वयंपाकी मूर्तिवर पाणि टाकतात आणि लपटन साहेब बर चढतात. पण हे तर सांग, इतकी चांगली उर्दू कुठे शिकलात? आमचे साहेब तर डॅम घेतल्याशिवाय पाच शब्दही बोलत नव्हते. लहनसिंहने इजराची खिशाची तपासणी केली होती. साहेबाने जणू थंडीपासून बचाव करण्यासाठी दोनही

हात खिशात घातले होते. लहनसिंह सांगत गेला, चांगला हुशार आहेस, पण माँझेचा लहना इतकी वर्षे लपटन साहेबासोबत राहिला आहे. त्याला चकमा देण्यासाठी चार डोळे पाहिजे. तीन महिने झाले आहेत. एक तुर्की मौलवी माझ्या गावात आला होता. स्त्रीयांना मुले होतील असा ताविज वाटत होता आणि मुलांना औषध देत होता. चौधरीच्या वडाच्या झाडाखाली बिछाना अंथरून हुक्का ओढत बसायचा आणि सांगायचा की जर्मनीवाले मोठे पंडीत आहेत. वेदाचा अभ्यास करून ते विमान उडविण्याची कला शिकले आहेत. गाईंना मारत नसतात. हिंदूस्थानात आले तर गोहत्या बंद करतील. मंडईमधील व्यापाऱ्यांना बहकवत होता की पोष्टातून रूपये काढून घ्या. सरकारचे राज्य जाणार आहे. पोस्टमन बाबू पोल्हू देखील घाबरला होता. मी मुल्लाची दाढी केली आणि गावाच्या बाहेर पडून म्हटले होते, आता जर माझ्या गावात पाय ठेवलास, साहेबाच्या पिस्तोलमधून गोळी सुटली आणि लहनसिंहाच्या जांघेत लागली. इकडे लहनाच्या हेनरी मार्टीनच्या दोन फायरीने साहेबाची कपाळ क्रिया केली.

धडका ऐकून सगळे धावत आले.

बोधा चिल्लाया-काय आहे ?

लहनसिंहाने तर असे सांगून त्याला झोपवले की 'एक हडकुळा कुत्रा आला होता, त्याला मारले' इतरांना सगळं सांगून टाकलं. बंदूके घेऊन सगळे सज्ज झाले. लहनाने कपडा फाडून जखमवेर दोन्ही बाजून पट्टी बांधली. जखम मांसामध्येच होती. पट्टी बांधल्याने रक्त बंद झाले.

इतक्यात सत्तर जर्मन ओरडत खाईत उतरले. सिखांच्या बंदुकीच्या पुराने पहिला हल्ला रोखला. दुसरा राखला. पण ते होत आठ (लहनासिंह ? का एकाला मारत होता, तो उभा होता आणि ते पडलेले होते) आणि ते सत्तर. आपल्या मुडदा सहकाऱ्याच्या शरीरावरून ते पुढे येत असता काही मिनिटातच ते...अचानक आवाज आला-वाह गुरूजी की फतह ! वाहगुरू का खालसा !' आणि धडाधड बंदूकांची फायरींग जर्मनांच्या पाठीवर पडू लागली. ऐनवेळी दोन जर्मन दोन चक्क्याच्या पाटाच्या मध्ये आले. मागे सुभेदार हजारासिंहचे जवान आग ओकत होते आणि समोरून लहनसिंहचे सहकारी तलवारी चालवत होते. जवळ आल्यावर मागच्याने पण तलवार फिरवाला सुरूवात केली.

एक किलकारी आणखी-अकाल सिंखंची फौज आली. वाह गुरजी दी फतह ! वाह गुरूजी दी खालसा ! सत्त सिरी अकाल पुरूष !' आणि युद्ध समाप्त झाले. त्रेसष्ट जर्मन एक तर वर चढत होते किंवा कण्हत होते. सिखांपैकी पंधराजण शहीद झाले.

सुभेदाराच्या डाव्या खांद्यातून गोळी आरपार गेली. लहानासिंहच्या बरगडीत एक गोळी लागली. खंदकाच्या ओल्या मातीत त्याने जखम भरून घेतली. आणि उरलेली पगडी कमरेला बांधल्यासारखी घट्ट गुंडाळली. कोणाला माहीत झाले नाही की लहनाला दुसरी मोठी जखम झाली आहे. लढाईच्या वेळी चंद्र निघाला होता. असा चंद्र ज्याच्या प्रकाशाने संस्कृत कविने दिलेले 'क्षयी' हे नाव सार्थक वाटत होते. आणि हवा अशी वहात होती की जणू बाणभट्टाच्या भाषेत त्याला 'दंतवीणो परदेशाचार्य' म्हणतात. मी सुभेदाराच्या मागे धावलो तेव्हा फ्रान्सची भूमि कशी माझ्या बुटांना चिकटली होती हे वजिरा सिंग सांगत होते. सुभेदार लहनसिंह यांच्याकडून सर्व परिस्थिती ऐकून आणि कागदपत्रे मिळाल्यावर ते लगेच त्याच्या बुद्धिमत्तेचं कौतूक करीत होते आणि सांगत होते की तुम्ही नसता तर आज सर्वजण मारले गेले असते. या लढाईचा आवाज तीन मैल डावीकडे खंदकाच्या लोकांना ऐकू गेला. त्यांनी फोन केला होता. सुभेदार लहनसिंहाने सगळं ऐकून घेतलं आणि तेथून ताबडतोब दोन डॉक्टर आणि पेशंट वाहून नेण्याच्या दोन गाड्या निघाल्या, ज्या अडीज तासाच्या आत पोहचल्या. फील्ड हॉस्पीटल जवळच होते. सकाळ होईपर्यंत तिथे पाहचता येईल. म्हणून साधारण पट्टी बांधून एका गाडीत जखमी बसवले आणि दुसरीत मृतदेह टाकले. सुभेदाराने लहनसिंहाच्या जांघेत पट्टी बांधण्याचा प्रयत्न केला. बोधसिंह तापाने फणफणत होता. पण त्याने थोडी जखम आहे असे म्हणत टाळले, सकाळी पाहू. त्याला गाडीत झेपवल्या गेले. लहनालासोडून सुभेदार जात नव्हते. हे पाहून लहना म्हणाले, तुम्हाला बोधाची शपथ आहे आणि सुभेदारनीची शपथ आहे, जर तुम्ही या गाडीत आला नाहीत.

- आणि तुम्ही ?
- माझ्यासाठी तिथे पोहचल्यावर गाडी पाठवा. आणि जर्मन मृतदेहासाठी देखील गाड्या येत असतील. माझी आवस्था वाईट नाही. पहात नाहीस मी उभा आहे? वजीरासिंह माझ्याजवळच आहेत.
- बरं, पण...
- बोधा गाडीत झोपला. तुम्ही पण चला, ऐका तर, सुभेदारीन होरॉंला चिठ्ठी लिहिली तर माझा दंडवत सांग.

आणि घरी गेल्यावर सांग की मला ते जे काही म्हणाले होते, ते मी केले आहे.

गाड्या निघाल्या होत्या. सुभेदाराने चलता चलता लहनसिंहाचा हात धरत म्हटले होते, तू माझा आणि बोधाचा जीव वाचवलास. कसे लिहू ? सोबतच घरी जाऊ. तुझ्या सुभेदारनीला तू सांग. त्याने काय म्हटले होते ?

- आता गाडीत बस. मी जे म्हणालो, ते लिहा आणि सांगा पण.

गाडी जाताच लहना परत आला.

- वजीरा, पाणी दे आणि माझ्या कमरेला जे आहे ते सोड. घाम येत आहे.

मृत्यू येण्यापुर्वी काही गोष्टी फार स्पष्ट दिसू लागतात. आयुष्यभराचा घटनाक्रम डोळ्यासमोरून सरकत जातो. सर्व दृष्यांचे रंग स्पष्ट दिसू लागतात, काळाची धुंदी अगदीच त्यावरून दूर होते. लहनसिंह बारा वर्षाचा आहे. अमृतसरमध्ये मामाकडे आला आहे. दहीवाल्याच्या इथे, भाजीवाल्याकडे, प्रत्येकवेळी आठ वर्षाची मुलगी दिसते. जेव्हा तो विचारतो की तुझा साखरपुडा झाला झाला आहे ? त्यावेळी ती धत म्हणत पळून जाते. एका दिवशी त्याने असेच विचारले तर ती म्हणाली, कालच झाली, पहात नाहीस, माझ्या अंगावर रेशमाचा शालू ? हे ऐकताच लहनसिंहला दुःख झाले. राग आला. का झाला ?

- वजीरासिंह पाणी प्यायला दे.

पंचवीस वर्षे निघून गेले. आता लहनसिंह न.७७ राइफल्सचा जमादार झाला आहे. त्याला त्या आठ वर्षाच्या मुलीची आता आठवणही नाही किंवा कधी काही भेट झाल्याचे आठवतही नाही. सात दिवसाची सुट्टी घेऊन जमीनीची पेरणी करायला तो घरी गेला होता. तिथे रेजिमेंटच्या अधिकाऱ्याची चिठ्ठी मिळाली. तात्काळ निघून ये. सोबतच सुभेदार हजारासिंहची चिठ्ठी मिळाली की मी आणि बोधासिंह देखील लामला चाललो आहोत, येताना आमच्या घरी भेट दे. सोबत जाऊ.

सुभेदाराचे घर रस्त्यात लागत होते आणि सुभेदार त्याला पसंत करीत असे. लहनसिंह सुभेदाराच्या घरी पोहचला. जेव्हा चालू लागले तेव्हा सुभेदार बेडमधून बाहेर आला. म्हणाला, लहनसिंह सुभेदारीन तुला ओळखते. बोलावते आहे. जा भेट.

लहनसिंह आत गेला. सुभेदारीन मला ओळखते ? कधीपासून ? रेजिमेंटच्या क्वार्टरमध्ये तर कधी सुभेदारचे घरचे राहिले नाहीत. दरवाज्यावर जाऊन 'माथा टेकव' सांगितलं. शुभ संदेश ऐकव. लहनसिंह शांत.

- मला ओळखले ?
- नाही.
- तुझा साखरपुडा झाला ?...धत...काल झाली.. पाहिले नाहीस, रेशमी नक्षीदार शालू...अमृतसरमध्ये...

भावनांच्या भेटीने भानावर आला. दुसऱ्या अंगावर झाला. जुनी जखम ताजी झाली.

- वजिरासिंह, पाणि पाज-त्याने सांगितले होते. जणू स्वप्नात आहे. सुभेदारीन

म्हणत आहे-मी तुला येताच ओळखले. माझं तर नशीब फुटले आहे. सरकारने बहादुरीचे बक्षीस दिले आहे, लायलपुरात जमीन दिली आहे, आज नमकहलालीची संधी मिळाली आहे. पण सरकारने आमच्यासारख्या बायकांची एक फलटन का नाही बनवली, म्हणजे मी पण सुभेदारासोबत गेले असते. एक मुलगा आहे. फौजमध्ये भरती होऊन त्याला एक वर्षे झाली आहेत. त्यानंतर आणखी चार झाले, पण एकही जिवंत नाही राहिला. सुभेदारीन रडायला लागली. आता दोघेही जातात. माझं नशीब ! तुला आठवतं, एका दिवशी टांगेवाल्याचा घोडा दहिवाल्याजवळ बिघडला होता, तू त्यादिवशी माझा जीव वाचवला होतास. तुम्ही घोड्याच्या पायावर चढून गेला होतात आणि मला उचलून दुकानाच्या ओट्याजवळ उभा केले होते. तसेच इतर दोघांना वाचवले होते. ही माझी भिक्षा आहे, मी तुमच्यसमारे पदर पसरते. रडत रडत सुभेदारीन ओसरीत गेली. लहनसिंह देखील अश्रू पुसत बाहेर आला.

- वजीरासिंह पणि दे, तो म्हणाला होता.

लहनाचे डोके आपल्या मांडीवर ठेवून वजीरसिंह बसला आहे. पाहिजे त्यावेळी पाणि पिण्यास देत आहे. अर्धा तास लहना शांत राहिला, नंतर म्हणाला, कोण ? किरतारसिंह ?

वजीराने काही समूजन म्हटले-होय.

- भैया, मला आणखी उंच कर. आपल्या पट्टावर माझे डोके ठेव. वजीराने तसेच केले.
- होय, आता ठीक आहे. पाणि दे. पुरे. यावर्षीच्या सिझनला हा आंबा खूप बहारदार होईल. मामा-भाचे इथे बसून आंबे खा. जितका मोठा तुझा भाचा आहे, तितकाच मोठा तुझा आंबा आहे, ज्या महिन्यात तुझा जन्म झाला होता, त्याच महिन्यात मी त्याची लागवड केली होती.

वजीरासिंहच्या डोळयातून अश्रूच्या धारा वहात होत्या. काही दिवसापुर्वी लोकांनी दैनिकात वाचले-

फ्रान्स आणि बेलजियम-६७ वी यादी-मैदानात जखमी होऊन मेला-नं. ७७ सिख राइफल्स जमादार लहनसिंह.

२.

हार किंवा जीत

- सुदर्शन

आईला आपल्या मुलाला आणि शेतकऱ्याला आपलं हिरवंगार शेत पाहून जो आनंद मिळतो, तसाच आनंद बाबा भारतीला आपल्या घोड्याला पाहून होत होता. भगवत-भजनातून वेळ मिळाल्यावर तो घोड्यासाठी देत असे. तो घोडा फार देखणा होता, अगदीच ताकदवान. त्याच्यासारखा घोडा त्या भागात दुसरा नव्हता. बाबा भारती त्याला 'सुल्तान' म्हणत, आपल्या हाताने खरारा करत, स्वतः खुराक देत आणि पाहून खुश होत. त्यांनी रूपया, माल, फर्निचर जमीन आदी आपलं सगळं काही सोडून दिलं होतं, इतके की त्यांना शहरी जीवनाचा देखील तिटकारा होता. आता गावाच्या बाहेर एका मंदीरात रहात होते आणि ईश्वराची सेवा करीत होते. 'मी सुल्तानाशिवाय नाही राहू शकणार' त्यांचा असा भ्रम झाला होता. ते त्याच्यावर लट्टू होते. म्हणत, असा चालतो जसा मोर आभाळ पाहून जणू नाचतो." तोपर्यंत सायंकाळच्या वेळी सुल्तानावर स्वार होऊन दहा मीलचे अंतर फिरून येत नाही, त्यांना चैन पडत नाही.

खडगसिंह त्या भागातला प्रसिद्ध डाकू होता. लोक त्याचे नाव ऐकून थरथर कापत असत. हळूहळू त्याचे नाव त्याच्यापयर्यंत पोहचले. त्याला पहाण्याची त्याला फारच इच्छा झाली. एका दिवशी दुपारी तो बाबा भारतीकडे आला आणि नमस्कार करीत बसला. बाबा भारतीने विचारले, 'खडगसिंह, काय बरं चाललय ?"

खडगसिंहाने नम्रपणे उत्तर दिले, आपल्या कृपेने ठीक आहे."

बोला, "इकडे कसे येणे केलेत ?"

"सुल्तानाला भेटण्याची इच्छा झाली."

"विचित्र प्राणी आहे. पहाल तर प्रसन्न व्हाल."

"मी पण फार ऐकले आहे त्याच्याबद्दल.'

"त्याचं डौलदार चालणं तुम्हाला भुरळ घालील.'

"काय सांगावं ! ज्यानं कोणी त्याला एकदा पाहिलं, त्याच्या मनात तो कायमचं घर करून बसलाच म्हणून समजा."

"खूप दिवसांची इच्छा होती, आज पूर्ण झाली." बाबा भारती आणि खडगसिह तबेल्यात पोहचले. बाबाने घोडा दाखवला, मोठ्या थाटात. खडगसिंहाने पाहिला मोठ्या आश्चर्याने. त्याने शेकडो घोडे पाहिले होते, परंतु असा तेज घोडा त्याच्या नजेरला पडला नव्हता. विचार करू लागला, नशीबाची गोष्ट आहे. असा घोडा खडगसिंहाजवळ असायला हवा होता. या साधुला अशा घोड्याची काय गरज ? थोडा वेळ तसाच चकित होऊन उभा होता. त्यानंतर त्याच्या मनात काहीतरी आलं. लहान मुलासारखा अधिर होऊन बोलला, "परंतु बाबाजी, त्याच्यावर स्वार झाले नाही तर नुसतं पाहून काय उपयोग ?" इतरांच्या तोंडून ऐकून त्यांचं मन तृप्त झालं. घोड्याला बाहेर काढलं. घोडा वाऱ्याच्या वेगानं धावू लागला. त्याची चाल पाहून खडगसिंहाच्या मनात काहीतरी काळंबेरं येऊ लागलं. तो डाकू होता आणि एकदा का एखादी वस्तू त्याला आवडली, तो तिला त्याचंच समजत असे. त्याच्याकडे ताकद होती आणि माणसं देखील. जाता जाता तो म्हणाला, "बाबाजी, मी हा घोडा तुमच्याकडे ठेवणार नाही."

बाबा भारती घाबरले. त्यांना रात्रीची झोप येत नसे. रात्रभर तबेल्याच्या राखणीसाठी जागे रहात. परंतु अनेक महिने निघून गेले. इतके की बाबा भारती थोडे बेसावध झाले आणि ही विनाकारणची भीती आहे असे समजू लागले. सायंकाळची वेळ होती. बाबा भारती सुल्तानावर स्वार होऊन फिरायला निघाले होते. यावेळी त्यांच्या डोळयात चमक होती. चेहऱ्यावर प्रसन्नता. कधी घोड्याच्या शरीराला पहात, कधी त्याच्या रंगाला आणि मनात आनंदाचे उधाण असे. अचानक एकिकडून आवाज आला, "ओ बाबा, या कंगालचे ऐकून जा."

आवाजात करूणा होती. बाबाने घोड्याला थांबवले. पाहिले, एक अपंग झाडाखाली पडून कण्हत होता. म्हणाले, "काय झालं तुला ?"

अपंगाने हात जोडून म्हटले, बाबा, मी दुःखी आहे. माझ्यावर दया करा. रामावाला येथून तीन मील दूर आहे, मला त्या ठिकाणी जायचे आहे. घोड्यावर बसवा, परमेश्वर कल्याण करील."

"तिथे तुझे कोण आहे ?

दुर्गादत्त वैद्याचे नाव तुम्ही ऐकले असेल. मी त्यांचा सावत्र भाऊ आहे."

बाबा भारतीने अपंगाला घोड्यावर बसवले आणि त्याचा लगाम हातात धरून हळूहळू चालू लागले. अचानक त्यांना झटका बसल्यासारखे झाले आणि हातातला लगाम सुटला. त्यांना फारच नवल वाटले की एक अपंग घोड्यावर असा बसला आहे आणि घोड्याला पळवत आहे. त्यांच्या तोंडून भीती, आश्चर्य आणि निराशायुक्त आवाज आला. तो अपंग डाकू खडगसिंह होता. बाबा भारती थोडावेळ शांत राहिले आणि थोड्यावेळाने सर्व शक्ती एकवटून म्हणाले, थोडं थांब."

खडगसिंहाने हा आवाज ऐकून घोड्याला थांबवले आणि त्याच्या मानेवरून हात फिरवत म्हणाला, "बाबाजी, हा घोडा आता मी देणार नाही."

"परंतु एक गोष्ट ऐकून घ्या." खडगसिंह थांबला.

बाबा भारतीने जवळ जाऊन असे पाहिले की जाणू बकरा खाटकाकडे पहात आहे आणि म्हटले, "हा घोडा तुझा झाला." मी तो परत दे असे म्हणणार नाही. परंतु खडगसिंह, फक्त एक विनंती करतो, ती अमान्य करू नको, नाहीतर मला वाईट वाटेल."

"बाबाजी, आज्ञा द्या. मी आपला दास आहे, फक्त घोडा परत मागू नका."

आता घोड्याचं नाव घेऊ नकोस. मी याबद्दल काहीच बोलणार नाही. माझी विनंती आहे की हे कोणाला सांगू नकोस."

खडगसिंहाला तर फार आश्चर्य वाटलं. त्याला तर वाटलं की त्याला घोड्याला घेऊन त्या ठिकाणाहून पळावे तर लागणार नाही ना, परंतु बाबा भारतीने स्वतःच सांगितले आहे की कोणाला सांगू नकोस. याचा काय अर्थ असेल ? खडगसिंगने खूप विचार केला, फार डोक खाजवलं, परंतु काही लक्षात आलं नाही. काहीच लक्षात येत नसल्याने त्याने बाबा भारतीकडे पाहिले, "बाबाजी यात तुम्हाला घाबरून जाण्यासारखे काय आहे ?"

ऐकून बाबा भारतीने उत्तर दिले, "लोकांना जर या घटनेची माहिती झाली तर अपंग, दीन यावर लोक विश्वास ठेवणार नाहीत." असे म्हणत त्याने सुल्तानकडे असे पाहिले की जणू घोडा त्याचा नव्हताच.

बाबा भारती निघून गेले. परंतु त्यांचे शब्द खडगसिंहाच्या कानात वारंवार ध्वनीत होत होते. विचार करीत राहिला, किती थोर विचार आहेत, किती पवित्र भावना आहेत ! त्यांचं या घोड्यावर प्रेम होतं, त्याला पाहून त्यांचा चेहरा किती प्रसन्न असायचा. म्हणायचे, याच्याशिवाय मी राहू शकणार नाही." त्याची राखण करण्यासाठी अनेक रात्री ते झोपले नाहीत. परंतु आज त्यांच्या चेहऱ्यावर दुःख आहे. भजन-भक्ती

न करता राखण करायचे. परंतु आज त्यांच्या चेहऱ्यावर दुःखाची साधी रेषा देखील नव्हती. त्यांना तर केवळ याची चिंता होती की लोक गरजू आणि दीन लोकांवर विश्वास ठेवणार नाहीत. असा मनुष्य, मनुष्य नाही देवता असावा.

रात्रीच्या अंधारात खडगसिंग बाबा भारतीच्या मंदिरात पोहचला. सगळीकडे शांतता. आकाशात तारे चमचम करीत होते. थोड्या अंतरावर गावातील कुत्रे भुंकत होते. मंदीरात कोणाचाच आवाज ऐकू येत नव्हता. खडगसिंह सुल्तानाचा लगाम धरून उभा होता. ते हळूहळू तबेल्याच्या फाटकाजवळ आले. फाटक उघडे होते. कधीकाळी बाबा स्वतः तिथे काठी घेऊन पहारा द्यायचे. परंतु आज त्यांना कोण्या चोराची, डाकुची भीती नव्हती. खडगसिंहाने पुढे होऊन सुल्तानाला त्याच्या जागेवर बांधले आणि बाहेर आला आणि सावधपणे फाटक बंद केले. यावेळी त्याच्या डोळयात चांगुलपणाचे अश्रू होते. रात्रीचा तिसरा प्रहर टळून गेला होता. चवथा प्रहर सुरू होताच बाबा भारतीने आपल्या कुटीतून बाहेर निघून थंड पाण्याने स्नान केले. त्यानंतर अशाप्रकारे जणू कोणी स्वप्नात चालत आहे, त्यांचे पाय तबेल्याकडे वळले. परंतु फाटकाजवळ गेल्यावर त्यांना वाटलं आपण काहीतरी चूक करीत आहोत. सोबत घोर निराशेने मनाला जड केले. घोड्याने आपल्या मालकाच्या पायाचा आवाज ओळखला आणि जोराने खिदळला. आता बाबा भारती आश्चर्य आणि प्रसन्नतेने पहातच आत गेले आणि आपल्या लाडक्या घोड्याला पाहून गळ्याला लावत असे रडले की जणू वडील आपल्या अनेक दिवसापासून दूर असलेल्या पुत्राला भेटला आहे. त्याच्या पाठीवरून वारंवार हात फिरवले, वारंवार त्याच्या चेहऱ्यावर थापटी मारल्या. नंतर ते आनंदाने म्हणाले, “आता कोणी गरजू आणि दीन लोकाना टाळणार नाही.”

३.

नशीब आपले आपलं

- जैनेंद्र कुमार

विनाकारण हिंडल्यावर आम्ही रस्त्याच्या कडेला असलेल्या बाकावर बसलो.

नैनितालची संध्याकाळ हळूहळू होत होती. कापसासारख्या वाफेतून ढग आमच्या डोक्याला स्पर्श करून मुक्तपणे फिरत होते. हलका प्रकाश आणि अंधाराने रंगून कधी ते निळे दिसत होते, कधी पांढरे आणि थोड्या वेळाने अरूण होत, जणू काही त्यांना आमच्यासोबत खेळायचे आहे.

मागे आमचे पालो मैदान पसरले होते. समोर इंग्रजाचे एक प्रमोदग्रह होते. जिथे आल्हाददायक संगीत वाजत होते आणि मागे तेच नयनरम्य अनुपम नैनिताल होते.

तलावात एक दोन बोटी आपले सफेद पाल उडवत एक दोन इंग्रज प्रवाशांना घेऊन, इकडून तिकडे आणि तिकडून इकडे ये जा करीत होते, कुठे काही इंग्रज एका एका तरूणीला सोबत घेऊन, आपले सुईसारख्या डोक्याच्या डोंग्यांना, जणू धावण्याची स्पर्धा लावली आहे, पळवत होते. कुठल्यातरी किनाऱ्यावर, चटई टाकून, सधैर्य, एकाग्र, एकात्म, एकनिष्ठ होऊन तरूणीसोबत बिलगले होते. मागे पालो लॉनमध्ये मुले आरडा ओरडा करीत हॉकी खेळत होते.

आवाज, मारपीट, शिवीगाळ देखील जणू खेळाचा एक भाग होता. या तमाम खेळात इतक्या क्षणांचा उद्देश बनाल, ते बालक आपला सगळं मन, सारा देह, समग्र शक्ती आणि सगळी विद्या वापरून जणू संपवून टाकू इच्छित होते. ते शुद्ध तात्काळचे प्राणि होते. ते शब्दाच्या पूर्ण सत्यासोबत जिवंत होते.

रस्त्यावरून स्त्री-पुरूषांच्या झुंडी येत होत्या आणि जात होत्या. त्याला काही अंत नव्हता. ही झुंड कुठे निघाली होती आणि कुठे जाणार होती, कोणाला माहीत ?

सर्व वयाचे लोक त्यात होते. जणू मुनष्याच्या नमुन्याचा बाजार आपल्या समोर मांडला जात आहे.

अधिकार-गर्वाने ताठलेले इंग्रज आणि टेकडीवाले त्यात होते, चिंध्या घातलेल्या घोड्यांच्या कुशीत होते, ज्यांनी आपली प्रतिष्ठा आणि सन्मान शून्य करून टाकला आहे आणि जे मोठ्या तत्परतेने शेपूट हलवायला शिकले आहे.

धावत, खेळत, हसत, खोडकरपणा करीत, लाल इंग्रज मुलं होती आणि पिवळी पिवळी डोळे वटारलेले, बापाचं बोट धरलेली, आपली भारतीय मुलंही होती. इंग्रज आपल्या मुलांसोबत धावत, हसत आणि खेळत होते. दुसरीकडे, भारतीय पिता देखील होते, जे आपण वयस्क झालो आहोत, हे दाखवायला विसरत नव्हते आणि सोबतच आपल्या संपत्ती-समृद्धीचे चिन्हे प्रदर्शित करीत निघाले होते.

ब्रिटीश सुंदरी हळू चालत नसे, त्या वेगाने चालत असत. चालल्या नाहीत तर त्या थकत असत, हसल्या नाही तर मरतील. व्यायामाच्या नावाखाली ती घोड्यावरही बसू शकत होत्या आणि घोड्याबरोबरच थोडं थकल्यावर कोणत्याही भारतीयाला चाबूकही मारू शकत होत्या. दोन, दोन, तीन, चार अशा रांगात ते रस्त्यावरून चालत होते, या प्रवाहात निर्भय, सुरक्षित, जणू कुठे जायचे आहे हे त्यांना माहित होते, रस्त्यावरून चालत निघाले होते.

इकडे आमची भारताची कुललक्ष्मी, रस्त्याच्या अगदी टोकाला हेमचे रक्षण आणि हाताळणी करणारी, साडीच्या अनेक घडींमध्ये लाजणारी मुरडणारी, लोकलज्जा, स्त्रीत्व आणि भारतीय प्रतिष्ठेचा आदर्श आपल्या आवतीभोवती लपवून भीत भीत जमीनीवर नजर रोखून, एक एक पाऊल टाकत निघाली होती.

यासोबतच भारतीयतेचे आणखी एक उदाहरण होते. आपल्या काळ्यापणाला खाजवून खाजवून घायाळ करण्याची इच्छा बाळगणारा आपला इंग्रज पुरूषोत्तमही होता, जो देशवासीयांना पाहून तोंड फिरवायचा आणि इंग्रजांना पाहून डोळे बंद करून शेपूट हलवायचा. तसे ते अहंकाराने चालत होते-जणू त्यांना या अहंकाराने भारताची भूमी पायदळी तुडवण्याचा अधिकार मिळाला आहे.

तासंतास गेले. अंधार दाटला. ढग पांढरे झाले. माणसांचा तो प्रवाह एक एक करून ओस पडत गेला. आता एखादा दुसरा मनुष्य छत्री घेऊन बाहेर पडत होता. आम्ही तिथेच बसलो होतो. सर्दी झाल्यासारखे वाटले. आमचे ओव्हरकोट भिजले होते. मागे वळून पाहिले. ते लाल बर्फाच्या चादरीप्रमाणे अगदीच स्तब्ध आणि शांत पडले होते.

सगळीकडे शांतता होती. तल्लीलालच्या बल्बाचा उजेड दीपमाळेप्रमाणे चमकत होता. ती चमचम दोन मीलपर्यंत निसर्गाच्या जलदर्पनात प्रतिबिंबंत होत होती आणि दर्पणाचा थरथरता, लहरणारा, तो जल प्रतिबिंबाच्या शेकडोपट, हजारपट करून त्याचा प्रकाश एकत्र करून व्यापून टाकत होता. पहाडांच्या माथ्यावरचा प्रकाश ताऱ्याप्रमाणे भासत होता.

आमच्या नजरेसमोर एका दाट पडद्याने येऊन यावर अंथरून टाकलं, त्यात प्रकाश दिसेनासा झाला. चमक गायब झाली. ते काळे भुतासारखे पहाड देखील या पांढऱ्या पडद्यामागे लपले. जवळची वस्तू पण दिसत नव्हती, जणू हा घनीभूत प्रलय होता. सगळं काही या दाट पांढऱ्यामध्ये दबून गेलं. एका शुभ्र महासागराने पसरून संस्कृतीच्या सर्व अस्तित्त्वाला बुडवले. वर-खाली, सगळीकडे ते निर्भेद्य, सफेद शून्यता पसरली होती. मित्र रजेवर गेले. आम्ही दोघं पुढे निघालो, आमचे हॉटेल पुढे होते.

तलावाच्या काठाने आम्ही चालत होतो. आमचे ओव्हरकोट ओले झाले होते. मला बेचैन असं वाटत होतं. लवकर हॉटेल गाठून ओले कपडे काढून, गरम बिछाण्यात झोपण्याची इच्छा होती पण सोबतच्या मित्रांना कधी सनक येईल आणि कधी नाही, माहीत नव्हतं आणि ती काय असेल याचाही काही अंदाज नव्हता. ते म्हणाले, "या, जरा बसू."

आम्ही त्या बावळट धुक्यात रात्रीच्या ठीक एक वाजता तलावाच्या काठावर त्या गोठवून टाकणाऱ्या बर्फासमान थंडीत लोखडाच्या बेंचवर बसलो.

पाच, दहा, पंधरा मिनिट झाले. मित्रांच्या निघण्याचा अंदाज आला नाही. मी ओरडत विचारले, "निघूया."

"अरे थोडं बसा."

हात धरून थोडं बसण्यासाठी जबरदस्तीने बसायला सांतिल्यावर काही मार्ग राहिला नाही-विवश होऊन बसावे लागले. सनकीपासून सुटका साधी गोष्ट नसते, आणि हे बसणं थोडं नव्हतं. गुमान बसून कंटाळलो होतो, वैतागलो असतानाच मित्र अचानक बोलला, "पहा तिकडे काय आहे ?"

मी पाहिले-धुक्याच्या सफेदीमधून एक काळी सावली आमच्याकडे सरकत होती. मी म्हटले, "असेल काही."

तीन गजाच्या अंतरावर दिसू लागले. एक मुलगा त्याची लांब लांब केस खाजवत आला होता. पायात काही नाही, डोक्यात काही नाही. एक मळकटलेला शर्ट घातलेला. माहीत नाही त्याचे पाय अंदाजे कुठे पडत होते. कुठे जायचे होते. त्याच्या वेगावरून

त्याला कुठेच जायचे नव्हते, असे वाटत होते. ना या दिशेला ना त्या दिशेला. जवळच चुंगीच्या कंदीलातून लहानसा उजेड दिसला-दहा वर्षाचा असेल. गोऱ्या रंगाचा, परंतु मळाने काळवडून गेला आहे. डोळे चांगली मोठी मोठी. माथ्यावर आतापासून सुरकुत्या पडल्यात. त्या आम्हाला नाही दिसल्या. त्याला जणू काहीच दिसत नव्हतं, ना खालची धरती, ना सगळीकडे पसरलेले धुके, ना समोरचा तलाव आणि सभोवतालचे जग. तो केवळ त्याच्यासमोरच्या विक्राळ वर्तमानाला पहात होता.

मित्राने आवाज दिला-"ए !"

त्याने जणू झोपेतून जागी झाल्याप्रमाणे पाहिले आणि जवळ आला.

"कुठे निघालास तू ?"

त्याचे भावनाहीन डोळे उघडले.

"सारं जग झोपी गेलय तू का जागी आहेस ?"

बालक मौन-मूक, तरीही बोलक्या चेहऱ्यानं उभा.

"झोपायचे का कुठे ?"

"कुठे नाही."

"काल कुठे झोपला होतास ?"

"दुकानावर."

"आज तिथे का नाही ?"

"कामावरून काढले."

"काय काम होतं ?"

"सगळं काम. एक रूपया आणि खाण्यास उष्टे."

"पुन्हा काम करशील ?"

"हो."

"बाहेर येशील."

"होय."

"आज काय जेवलास ?"

"काही नाही."

"आता जेवन मिळणार आहे ?"

"नाही मिळणार !"

"तसाच झोपी जाणार ?"

"हो."

"कुठे ?"
"इथेच कुठेतरी."
"या कपड्यात ?"
बालक डोळ्याने बोलून पुन्हा मूक झालं.
"डोळे जणू बोलत होते-हे कसले मूर्ख प्रश्न !
"आई-वडील आहेत ?"
"हो."
"कुठे ?"
"पंधरा कोस दूर गावात."
"तू पळून आलास ?"
"हो."
"का ?"

मला अनेक भाऊ बहिण आहेत-म्हणून पळून आलो. तिथे काही काम नाही. जेवायला नाही. बाप उपाशी ठेवायचा आणि मारायचा, आई उपाशी राहून रडायची. म्हणून पळून आलो. आणखी एक सोबती होता. त्याचं गावचा. माझ्यापेक्षा मोठा होता. दोघं सोबतच आलो होतो. तो आता नाही.

"कुठे गेला ?"
"मेला."
"मेला ?"
"हो, साहेबाने मारले, मेला."
बरं, चल आमच्यासोबत."
तो सोबत आला. परत आम्ही वकील मित्राच्या हॉटेलवर आलो.
"वकील साहेब."

वकील साहेब हॉटलच्या वरच्या खोलीतून खाली आले. काश्मीरी रूमाल गुंडाळलेले, मोज्यासहित चपला घातल्या होत्या. बोलण्यात थोडी घाई होती, थोडा तुसडेपणा होता.

"अरे यार, पुन्हा तुम्ही ! बोला."
"तुम्हाला नोकराची गरज होती ना ? पहा, हा मुलगा आहे."
"कोठून आणलाय ? याला तुम्ही ओळखता ?'
"ओळखतो-हा बेईमानी नाही करायचा."

तुम्हाला माहीत नाही, ही डोंगरी बच्चे फार सैतान असतात. म्हणायला मुले पण फार किडे असतात यांच्या अंगात. तुम्ही पण विचित्र आहात. घेऊन आलात कोठूनतरी. घ्या, हा नोकर आहे."

"ऐकून तर घ्या, हा मुलगा चांगला निघेल."

"तुम्ही देखील, आता तर हद्द झाली ! कोणालाही नोकर म्हणून ठेवले आणि दुसऱ्या दिवशी त्याने नको ते घेऊन पळ काढला तर !"

"तुम्ही ऐकूनच घेत नाही, मी काय करू ?"

"काय ऐकू, कपाळ ! तुम्ही पण ना, चांगली गंमत करता-बरं, आता मी झोपायला जातो." आणि ते चौघे चार रूपये रोजाच्या किरायाच्या खोलीत सजलेल्या कॉटवर ताबडतोब झोपायला गेले.

वकील साहेब निघून गेल्यावर, हॉटेलच्याबाहेर येऊन मित्रानी आपल्या खिशात हात घालून काही तपासले. पण काहीच नाही निघाल्याने थोडंसं नाराज होऊन माझ्याकडे पाहिलं.

"काय आहे ?'

"याला खायला काही दिले पाहिजे." इंग्रजीत मित्राने म्हटले-पण दहा दहाच्या नोटा आहेत."

"नोट कदाचित माझ्याकडे पण असेल, पहातो"

माझ्या खिशात नोटच होती. आम्ही परत इंग्रजीत बोलू लागलोत. मुलाचे दात अधून मधून कटकट करीत होते. थंडीमुळे असेल कदाचित.

मित्राने विचारले, "आता ?"

मी म्हटले, "देवून टाक दहाची नोट काय करणार."

चकित होऊन मित्र माझा चेहरा पाहू लागला. "अरे यार बजेट बिघडून जाईल. हृदयात जितकी दया आहे, जवळ तितके पैसे नसतात."

"तर असू दे या काळात इतकी दया पण ठीकच आहे." मी म्हटले.

मित्र काय बोलणार. जणू कसल्या विचारात मग्न झाला. नंतर मुलाला म्हणाला, "आता तर काही होऊ शकत नाही. उद्या भेट. हॉटेल 'डी पब' माहितय ना ? तिथे उद्या दहा वाजता भेटशील ?"

"हो, काही काम देणार मालक ?"

"हो, हो, पाहू काहीतरी."

"तर जाऊ ?"

"हो, थंडी श्वास मुकळा सोडत मित्र म्हणाला, कुठे झोपणार ?"

"इथे कुठेतरी बेंचवर, झाडाखाली एखाद्या दुकानाच्या भट्टीत.'

बालक पुन्हा तसाच भुतासारखा त्या धुक्यात दिसेनासा झाला. आम्ही पण हॉटेलकडे गेलो. वारा वहात होता. आमच्या कोटातून ती शरीराला झोंबत होती.

थंडीने कुडकुडणाऱ्या मित्राने म्हटले, "भयानक शांतता आहे. त्याच्याकडे कमी जास्त कपडे."

"हे जग आहे यार." मी स्वार्थाचे तत्त्वज्ञान झाडले.

"चल, आधी बिछाण्यात गरम होऊ. नंतर दुसऱ्या कोणाची चिंता कर."

उदास होत मित्र म्हणाला, स्वार्थी ! काय म्हणायचे ते म्हण, लाचरी म्हण, निष्ठुरता म्हण, किंवा निर्लज्जपणा !"

दुसऱ्या दिवशी नैनीताल-स्वर्गाच्या एखाद्या काळ्या गुलाम पशुच्या लाडक्याचा तो बेटा-ते बालक, ठरलेल्या वेळी आमच्या 'हॉटेल डी पब' मध्ये नाही आले.

आम्ही आमच्या नैनीतालच्य सुट्टया आनंदाने संपवून निघन्याच्या बेतात होतो, त्या मुलाने भेटावे अशी इच्छा बाळगत बसलो नाहीत. मोटारीत बसणारच होतो, तशात एक एक बातमी कानावर पडली की आदल्या रात्री, थंडीने कुडकुडत कोणतरी मृत झाले.

मेला त्यावेळी त्याला तिच जागा, तेच दहा वर्षाचं वय आणि तेच फाटलेले काळ्या रंगाचं शर्ट मिळालं होतं. माणसाच्या दुनियेने त्याच्यासाठी हेच बक्षीस देऊ केलं होतं. पण सांगणाराने सांगितले होते की त्या मुलाच्या तोंडावर, छातीवर आणि पायावर बर्फाचा लहानसा चादरीसारखा थर जमा झाला होता. जणू दुनियेची लाज झाकण्यासाठी निसर्गाने प्रेतासाठी पांढऱ्या आणि थंड कफनची सोय केली होती.

सगळं ऐकल्यावर विचार केला, नशीब ज्यांच त्याचं !

४.

कफन

- प्रेमचंद

१.

झोपडीच्या समोर बाप आणि बेटा दोघं एका विझलेल्या शेकोटीजवळ शांतपणे बसले आहेत आणि आत मुलाची तरूण बायको बुधिया प्रसव वेदनेने व्याकूळ होत होती. राहून राहून तिच्या तोंडून असा हृदय हेलावून सोडणारा आवाज निघत असे की दोघे मनावर दगड ठेवायचे. थंडीची रात्र होती, निसर्ग शांततेत विलिन झालेला. सगळं गाव अंधारात बुडालेलं.

घीसू म्हणाला, "असं वाटतय की वाचत नाही. सगळा दिवस धावपळीत गेला, पाहून तर ये."

माधव चिडून बोलला-मरायचे असेल तर लवकर का मरत नाही ? पाहून काय करू ?"

"तू फारच निष्ठुर आहेस बे ! वर्षेभर जिच्यासोबत आनंदात दिवस घालवले, तिच्याबद्दल अशी निष्ठुरता !"

"तर मला तिचं तडफडणं आणि हातपाय आदळणं पहावलं जात नाही."

चर्मकाराचा कुनबा होता आणि सगळ्या गावात बदनाम. घीसू एक दिवस काम करी आणि तीन दिवस आराम. माधव इतका कामचोर होती की अर्धा तास काम केले तर एक तास चिलिम ओढायचा. म्हणून त्याला कुठेही काम मिळत नव्हतं, घरात मुठभर जरी धान्य असलं तरी त्याच्यासाठी काम न करण्याची शपथ होती. दोन चार फाके मारले तर घीसू झाडावर चढून लाकडे तोडायचा आणि माधव बाजारात विकायला न्यायचा, जोपर्यंत त्याचे पैसे असत. दोघे गावभर फिरत रहायचे, गावात कामाची

कमतरता नव्हती. शेतकऱ्यांचे गाव होते. काम करणारांसाठी भरपूर कामं होती. पण त्या दोघांना अशावेळी बालावत, दोघांनी मिळून एक व्यक्तीचे काम केले तरी पुरे. अशी वेळ असेल तरच लोकांची मजबुरी होती, दोघेजण जर साधु असते तर त्यांना समाधान आणि धैर्यासाठी, संयम आणि नियमांची अगदीच गरज नव्हती. हा तर त्यांचा स्वभाव होता. विचित्र जगणं होतं त्यांचं. घरात मातीच्या भांड्याशिवाय कसलीही संपत्ती नव्हती. फटलेल्या कपड्याने आपलं अंग झाकून जगत. जगाच्या चिंतेपासून मुक्त आणि कर्जात बुडालेले. शिव्या पण खात, मार देखील खात, पण काही दुःख नाही. इतके बिचारे की त्यांच्या कडून पैसे परत मिळणार नाही, हे माहित असतानाही त्यांना कर्ज देत. मटर, बटाट्याच्या दुसऱ्यांच्या शेतातून मटर किंवा बटाटे ऊपटून आणायचे, भाजून खायचे किंवा दहा पाच ऊपटून आणून रात्री खायचे. घीसूने असेच वयाचे साठ वर्षे काढले आणि माधव देखील बापाच्या पाऊलावर पाऊल ठेवून निघाला होता. उलट त्याचे नाव पुढे नेत होता. यावेळी देखील दोघे शेकोटीजवळ बसून बटाटे भाजत होते. जे कोणाच्या तरी शेतातून ऊपटून आणले होते. घीसूची बायको मरून बरेच दिवस झाले होते. माधवचे लग्न गेल्या वर्षी झाले होते. त्याची बायको आल्यापासून, त्याने खानदानात व्यवस्थेचा पाया खोदला होता आणि या दोन अनोळखीची स्वर्गात भेट होत होती. ती आल्यापासून ते दोघे अधिकच आळशी बनले होते. उलट कांहीसे अकडू लागले होते. कोणी कामाला बोलावलेच तर संकोच वाटून न घेता अधिक वेतन मागत. तिच स्त्री आज प्रसव वेदनेने व्याकूळ होती आणि हे दोघे याची प्रतिक्षा करीत होते की तिने मरावं, म्हणजे आरामात झोपता येईल.

घीसूने बटाटे काढून आरामात सोलत म्हटले, जाऊन पहा तर, काय हाल आहेत तिचे ? चेटकीन गडबड करील, दुसरं काय ? इथे तर प्रेतवाहक सुद्धा एक रूपया घेतो.!

माधवला भीती होती की तो जर खोलीत गेला तर घीसू बटाट्यावर ताव मारील. म्हणाला- "मला तिकडे जाण्याची भीती वाटते."

"भीती कशाची, मी तर इथे आहेच ना."

तर तुम्हीच पाहून या ना ?"

माझी बायको मेली त्यावेळी मी तीन दिवस तिच्याजवळून दूर गेलो नाही आणि माझी तिला लाज वाटणार की नाही ?

जिचे कधी तोंड बघितले नाही, तिचे उघडे नागडे शरीर पाहू ? तिला शरीराचे भान देखील नसेल ? मला पाहिल्यावर मोकळ्या मनाने हात पाय सुद्धा आदळणार नाही."

मी विचार करतो, "मूलबाळ झाले तर काय फरक पडेल ?

"सूट, गुळ, तेल काहीच नाही घरात."

सगळं काही येईल. ईश्वर देईल ! जे आजपर्यंत एक रूपया देवू लागले नव्हते ते उद्या बोलावून कर्ज देतील. मला नऊ मूलं झाली. घरात काहीच नव्हतं, परंतु ईश्वराने काही ना काही सोय केलीच सगळयांची."

ज्या समाजात रात्रंदिवस कष्ट करणाऱ्या लोकांची हालत त्यांच्यापेक्षा अधिक चांगली नसल्यावर आणि शेतकऱ्यांच्या तुलनेत ही माणसं, जे शेतकऱ्यांचा गैरफायदा घेण्याचे जाणतात, अधिक संपन्न होते. तिथे अशाप्रकारच्या मनोवृत्तीचे निर्माण होणे नवलाची गोष्ट नव्हती. मी तर असे म्हणेन की घीसू शेतकऱ्यांपेक्षा कितीतरी विचारवंत होता आणि शेतकऱ्यांच्या विचारशून्य कुत्सित टोळीत सहभागी झाला होता. त्याच्यात ही शक्ती नव्हती, त्याच्यात बैठकबाजांचे नियम आणि नीतिचे पालन करण्याची हिंमत नव्हती म्हणून जिथे त्याच्या टोळीतले लोक गावच्या विभागातील आणि प्रमुख बनले होते. त्यांना सर्व गाव नावं ठेवत होता. असे असताना त्याला ही खात्री होती की तो जरी कंगाल असला तरी कमीत कमी त्याला शेतकऱ्याप्रमाणे कठोर परिश्रम तर करावे लागत नाहीत आणि त्याच्या साधेपणाचा आणि अहिताचा इतर लोक नको तितका फायदा तर घेत नाहीत. दोघे गरम गरम बटाटे सोलून खात होते. कालपासून काही पोटात नव्हते. थंड होईपर्यंत दम निघत नव्हता. अनेकदा दोघांच्या जिभा भाजल्या, वरची साल काढल्यावर बटाट्याचा उघडा भाग, टाळू आणि जिभेला भाजत होता आणि गरमीला तोंडात ठेवण्यापेक्षा हे बरं होतं की त्याला गिळून टाकावं. तिथे त्याला थंड करण्यासाठी बरंच काही होतं म्हणून दोघं लवकर लवकर गिळत. असं केल्याने दोघांच्या डोळयातून अश्रू निघत.

घीसूला त्यावेळी ठाकूराची वरात आठवली, ज्यात वीस वर्षापुर्वी तो तिथे गेला होता. त्या मेजवानीत त्याला तृप्ती मिळाली होती. ती त्याच्या जीवनात लक्षात ठेवण्यासारखी गोष्ट होती आणि आजही त्याच्या आठवणी ताज्या होत्या. म्हणाला, ती मेजवानी विसरू शकत नाही. तेव्हापासून तशाप्रकारचे पोटभर भोजन नव्हते मिळाले. मुलीकडच्याने सर्वांना पोटभर दिले होते. सर्वांना लहान थोरांनी सर्वांनी विडे खाल्ले होते आणि गावरान तुप, चटनी, रायता, तीन प्रकारचे कोरडे साग, एक रसावाली भाजी, दही, चटनी मिठाई काय सांगू त्यात कोणते कोणते स्वादिष्ट पदार्थ भेटले, कसला अडथळा नव्हता, काहीही मागा कितीही खा, लोकांनी इतके भोजन केले की पाणि पिण्यास पोटात जागा उरली नाही. वाढेकरी ताटात गरम गरम, गोल गोल सुगंधी कचोऱ्या

वाढतच असत आणि सगळ्यांनी हात धुतले तर इलायची मिळाली. पण पान खाण्याचे मला आठवलेच नाही. उभं रहाणं कठीण झालं होतं. तात्काळ जाऊन बिछाण्यावर आडवा झालो. असा मोठ्या मनाचा होता तो ठाकूर !

माधवने मनातली मनात पदार्थांचा आस्वाद घेत म्हटले, आता आपल्याला असं भोजन कोणी देत नाही. आता कोण कशाला देईल ? तो काळ वेगळा होता. आता तर सगळे फायद्याचं पहातात. लग्न समारंभात खर्च करू नका, क्रिया कर्मावर खर्च करू नका. विचारा, गरिबांचा माल गोळा करून कुठे ठेवणार ? गोळा करण्याला मर्यादा नाही, हो, खर्च करताना फायदा आठवले !"

"तुम्ही वीस पुऱ्या खाल्या असतील !"

"वीसपेक्षा अधिक खाल्या होत्या."

"मी पंचवीस खाल्या असत्या !"

"पंचवीसपेक्षा कमी तर मी पण खाल्ल्या नसतील. चांगला तगडा होतो. तू तर माझ्या अर्धाही नाहीस."

बटाटे खाऊन दोघांनी पाणि पिले आणि तिथेच शेकोटीजवळ धोतरात तोंड खुपसून झोपी गेले. जणू दोन मोठ्या अजगाराने एखादा प्राणि गिळला आहे.

आणि बुधिया अद्याप वेदनेने विव्हळत होती.

२.

सकाळी माधवने खोलीत जाऊन पाहिले तर त्याची बायको थंड पडली होती. तिच्या तोंडावर माशा फिरत होत्या. दगडासारखे डोळे वर पहात होते. सगळा देह मातीने माखलेला होता. तिच्या पोटातला बच्चा मृत झाला होता.

माधव धावतच घीसूकडे आला. दोघे जोराने रडायला लागले. आणि छाती बडवून घेऊ लागले. शेजाऱ्यांनी हा रडण्याचा आवाज ऐकला, तर धावतच आले आणि जुन्या परंपरेबद्दल या दुर्दैवी लोकांना सांगू लागले.

पण अधिक रडापड करायला वेळ नव्हता. कफन आणि लाकडांची सोय करावी लागणार होती. घरातून पैसा असा गायब होता की जणू चिमणीच्या घरट्यातून दाणा.

बाप-बेटा रडत गयावया करीत गावच्या जमीनदाराकडे गेले. त्याला या दोघांचे थोंबाड पहायची देखील इच्छा नव्हती. अनेकदा त्यांनी मारले होते. चोरी करण्यामुळे, वेळेवर काम करण्यामुळे. विचारले, काय झाले बे घिसूआ, का रडतोस ? आता तू तर कुठे दिसत पण नाहीस ! असे वाटते की तुला या गावातच रहायचे नाही.

घीसूने खाली मान घालून डोळ्यात पाणि आणत म्हटले, सरकार ! मोठी समस्या झाली आहे. माधवची बायको रात्री मरण पावली. रात्रभर तडफडत होती सरकार ! आम्ही दोघे तिच्याजवळच होतो. औषध-पाणि जे काही करता येईल ते केले. तिने आम्हाला धोका दिला. आता कोणी रोटी देणारा पण राहिला नाही मालक. बर्बाद झालो. घर उजाडले. आपला गुलाम आहे, आता आपल्याशिवाय तिचे शेवटचे कोण करणार. आमच्याकडे जे काही होतं, ते औषध पाण्यावर खर्च करण्यात गेलं. सरकारने दया दाखवली तर तिचे शेवटचे होईल. आपल्याशिवाय कोणाकडे जाऊ.

जमीनदार साहेब दयाळू होते. पण घीसूवर दया करणे म्हणजे काळ्या कंबळवर रंग लावण्यासारखे होते. मनात तर आले, म्हणावं, निघ, चालता हो इथून. हा तर बोलावूनही येत नव्हता, आज गरज पडल्यावर येऊन झाडावर चढवू लागला. हरामखोर कुठला, बदमाश ! परंतु ही वेळ राग किंवा शिक्षा करण्याची नव्हती. इच्छा नसताना दोन रूपये काढून फेकले. परंतु सांत्वनापर एक शब्दही तोंडातून निघाला नाही. जणू डोक्यावरचे ओझे कमी झाले. ज्यावेळी जमीनदारा साहेबांनी दोन रूपये दिले, तर गावच्या बनिया आणि महाजन कसे देणार नव्हते ? घीसू जमीनदाराच्या नावाने बोंब कशी मारायची याच्यात पण तरबेज होता. कोणी दोन आणे दिले, कोणी चार आणे. एका तासात घीसूजवळ चांगली पाच रूपयाची रोख जमा झाली. कोणी धान्य दिले, कोणी लाकडे दिले. आणि दुपारी घीसू आणि माधव बाजारातून कफन आणायला गेले. इकडे लोक इतर सामानाची बांधबांध करू लागले.

गावातील हळव्या स्वभावाच्या महिला येत आणि प्रेताला पहात आणि तिच्या दुर्दैवी असण्याबद्दल दोन अश्रू गाळत आणि निघून जात.

बाजारात पोहचल्यावर घीसू बोलला, “लाकडं तर जाळण्याइतकी मिळालीत, काय माधव ?

माधवने उत्तर दिलं, “हो, लाकडे तर मिळाली, आता कफन पाहिजे.”

“तर चल, एखादं हलकेसे कफन घेऊ.’

“हो, नाही तर काय ! अंतिम विधी करता रात्र होईल, रात्रीचं कफन कोण आहे पहायला ?” किती वाईट परंपरा आहे, जिवंतपणी ज्यांना अंग झाकायला कपडे मिळत नाहीत, त्यांना मृत्यूनंतर नवे कफन मिळते.

प्रेतासोबत कफनही जळते.”

आणि काय शिल्लक उरतं ? हेच पाच रूपये आधी मिळाले असते तर औषध पाणि करता आले असते.”

दोघं एकमेकांच्या मनातलं ओळखत होते. बाजारात इकडे तिकडे फिरत राहिले. कधी या दुकानावर कधी तिकडच्या दुकानावर ! निरनिराळे कपडे, रेशमी आणि सुती पाहिले, पण काही आवडले नाहीत. तोपर्यंत रात्र झाली. तशात दोघे दैवी कृपेने एका मधुशाळेजवळ येऊन पोहचले आणि जसेही काहीच न ठरवता आत गेले, तिथे थोडावेळ गोंधळात पडले. मग घीसूने काउंटरच्या समोर जाऊन म्हटले, "साहूजी, एक बॉटल आम्हाला पण द्या."

त्यानंतर काही चखना आला, तळलेले मासे आले, घीसू म्हणाला, "कफन गुंडाळल्याने काय होते ? शेवटी जळूनच तर जाते, प्रेतासोबत थोडेच जाते सगळे."

माधव आकाशाकडे पहात बोलला, जणू देवतांना आपल्या निष्पापतेचा साक्षीदार करीत आहे, जगाचा नियम आहे, ब्राह्मणांना लोक हजारो रूपये का देतात ? कोण पहातो, परलोक मिळतं किंवा नाही ?

"मोठ्या लोकांकडे पैसा असतो, जाळण्या इतका, आपल्याकडे जाळण्यासाठी काय आहे ?"

"परंतु लोकांना सांगणार काय ? लोक विचारणार नाहीत, कफन कुठे आहे ?"

घीसू हसला, "अबे, सांगू कमरेला बांधलेले रूपये हरवले, फार शोधले, नाही सापडले, लोकांचा विश्वास बसणार नाही, परंतु तेच पैसे देतील."

माधव देखील हसला, "या अनपेक्षित सौभाग्यावर. म्हणाला, फार चांगली होती बिचारी ! खायला प्याला देवून मेली !"

बॉटल अर्धी संपली. घीसूने दोन शेर पुऱ्या मागितल्या.

चटनी, आचार, कलेजा, दारूच्या दुकानासमोरच दुकान होते. माधव धावतच गेला आणि दोन पातेल्यात सर्व सामान घेऊन आला. दीड रूपया खर्च झाला. यावर थोडेसे पैसे वाचले. दोघे यावेळी अशा थाटात बसून पुऱ्या खात होते की जणू जंगलात एखादा वाघ शिकारीवर ताव मारत आहे. ना जबाबदारीची भीती, ना बदनामीची चिंता. या सर्व भावनांवर त्यांनी यापुर्वीच मात केली होती.

घीसू विचारवंताच्या अविर्भात बोलला-आपला आत्म प्रसन्न होत असल्यावर काय तिला पुण्य मिळणार नाही ?

माधवने श्रद्धेने डोके टेकवले आणि निश्चितच मिळेल असे सांगितले. देवा, तू अंतर्यामी आहेस. तिला वैकुंठाला घेऊन जा. आम्ही दोघं मनापासून आशीर्वाद देत आहोत. आज जे खायला मिळाले ते आयुष्यात कधीच मिळाले नव्हते.

क्षणार्धात माधवच्या मनात एक शंका उत्पन्न झाली. म्हणाला, काय दादा, आपणही एका दिवशी त्या ठिकाणी जाणारच ना ?”

घीसूने या भोळ्या भाबड्या प्रश्नाचे उत्तर नाही दिले. त्याला परलोकाचा विचार करून हा आनंद गमवायचा नव्हता.

“तिथे जर आपल्याला विचारले की आपण कफन का नाही दिलं, तर काय उत्तर देणार !”

“सांगू तुझं डोमलं !”

“विचारले तर जाईलच.”

“तुला कसे माहीत की तिला कफन मिळणार नाही ?”

“तू मला काय गाढव समजतोस ! साठ वर्षे काय या जगात गवत कापत होतास ? तिला कफन मिळणार आणि फार चांगले मिळणार !”

माधवचा विश्वास बसला नाही. म्हणाला, “कोण देईल ?”

रूपये तर तुम्ही उडवले, ती तर मला विचारील, तिच्यासोबत लग्न तर मी केलं होतं.

“कोण देईल, सांगत का नाहीत ?”

“तेच देणार, ज्यांनी यावेळी दिले, यावेळी रूपये आपल्या हाता पडणार नाहीत.” जसा जसा अंधार वाढत गेला आणि ताऱ्यांची चमक वाढत गेली, मधुशालेची शोभा वाढत जात होती. कोणी गात होतं, कोणी बढाया मारत होतं, कोणी आपल्या सोबत्याच्या गळ्यात पडत होतं. कोणी आपल्या मित्राच्या ओठावर ग्लास ठेवत होतं.

तिथल्या वातारणात धुंदी होती आणि हवेत नशा. अनेकजण तर इथे एका घुटक्यातच टल्ली होत. दारूपेक्षा या ठिकाणचे वातावरण त्यांच्यावर चढत असे. जीवनातल्या समस्या त्यांना या ठिकाणी आणत असत आणि थोड्यावेळासाठी ते विसरत की ते जिवंत आहेत की मेलेले. ना ते जिवंत आहे ना मेलेले.

आण हे दोघं बापलेकं अजूनही इथेच मजा घेत होते. सर्वांच्या नजरा या दोघांवर खिळून होत्या. दोघे किती नशीबाचे बळी आहेत ! दोघांच्या मध्ये एक बॉटल आहे.

पोटभर जेवल्यानंतर माधवने उरलेल्या पुऱ्याचे पातेले उचलून एका भिकाऱ्याला दिले, जो त्यांच्याकडे उपाशी नजरेने पहात होता. देण्याचा गौरव, आनंद आणि उल्हास त्यांच्या जीवनात त्यांनी पाहिल्यांदा अनुभवला.

घीसू म्हणाला, घेऊन जा, पोटभर खा आणि आशीर्वाद दे. जिची कमाई आहे ती तर मेली. पण तुझा आशीर्वाद तिला जरूर मिळेल. रडत रडत आशीर्वाद दे, मोठ्या कष्टाच्या कमाईचे पैसे आहेत !

माधवने पुन्हा आकाशाकडे पाहात म्हटले, ती वैकुंठात जाणार दादा, वैकुंठाची राणी बनेल.

घीसू उभा राहिला आणि जणू आनंदाच्या लहरीमध्ये उडत बोलला, होय, बेटा वैकुंठातच जाईल. कोणाला त्रास दिला नाही, कोणाचे काही घेतले नाही, मरता मरता आपल्या जीवनाची मोठी इच्छा पूर्ण केली. ती वैकुंठाला जाणार नाही तर काय ही मोठी मोठी लोकं जातील. जे गरीबांना दोन्ही हाताने लुबाडतात, आपले पाप धुन्यासाठी गंगेला जातात आणि मंदीरात गंगाजल ओततात.

श्रद्धाळूंचा हा रंग तात्काळ बदलला. अस्थिरता नशेची खासियत आहे. दुःख आणि निराशेचा दौरा झाला.

माधव बोलला, "पण दादा, बिचारीने जीवनात मोठे दुःख सहन केले. किती दुःख सोसून मेली !"

तो डोळ्यावर हात ठेवून रडू लागला. ओरडू ओरडू.

घीसूने समजावलं- "काय रडतोस बेटा, खुश हो की ती मोह मायेतून मुक्त झाली आहे. मोठीच नशीबवान होती. जी इतक्या लवकर मोह मायेच्या बंधनातून मुक्त झाली."

आणि दोघे उभे राहून गाऊ लागले.

'ठगिनी क्यें नैना झमकावे ! ठगिनी ।'

पिदाड्यांच्या नजरा यांच्याकडे लागल्या होत्या आणि हे दोघे त्यांच्या मस्तीमध्ये मस्त गात निघाले होते. नंतर दोघे नाचू लागले. उड्या पण मारू लागले, खाली पडले पण, मटकले पण. हावभाव पण केले. आणि नशेत तर्र होत तिथेच खाली पडले.

५.

टोबा टेक सिंह

- सआदत हसन मंटो

फाळणीच्या दोन तीन वर्षानंतर पाकिस्तान आणि हिंदुस्तानच्या सरकारला आठवण आली की सामान्य कैद्याप्रमाणे वेड्यांची देखील आदला-बदल करायला हवी. म्हणजे जे पागल मुसलमान हिंदुस्तानच्या पागलखान्यात आहेत, त्यांना पाकिस्तानच्या पागलखान्यात दाखल केल्या जावे आणि जे हिंदू पागलखान्यात आहेत, त्यांना हिंदुस्तानच्या स्वाधीन केल्या जावे.

आता हा एक चांगला निर्णय होता की नव्हता माहीत नाही, असो, पण बुद्धिमानाच्या निर्णयानुसार इकडच्या आणि तिकडच्या वरिष्ठ अधिकाऱ्यांनी पत्रकार परिषदांचे आयोजन केले आणि शेवटी एक दिवशी पागलांची आदला बदल करण्याचे निश्चित करण्यात आले. दोन्ही बाजूने पाहिजे त्या चौकशा करण्यात आल्या. ते मुसलमान, ज्यांचे नातेवाईक हिंदुस्तानात होते, तिथेच ठेवण्यात आले होते, बाकींच्याना सीमेवर सोडण्यात आले होते.

पाकिस्तानातून जवळजवळ सर्वच हिंदू आणि शिख निघून गेले होते. म्हणून कोणाला ठेवण्याचा प्रश्नच शिल्लक नव्हता. जितके शिख-हिंदू पागल होते, सर्वची सर्व पोलिस संरक्षणात सीमेपार पोहचविण्यात आले.

बाकीचं माहीत नाही पण लाहोरच्या पागलखान्यात ज्यावेळी या आदला-बदलीची बातमी पोहचली, त्यावेळी फारच मेजशीर आणि कौतूकास्पद चर्चा होऊ लागल्या. एक पागल मुसलमान, जो बारा वर्षांपासून दररोज धार्मिक पुस्तक वाचायचा, त्याच्या मित्रांनी त्यांला विचारले, मौलवी साहाब, हे पाकिस्तान म्हणजे काय ? त्यावर त्याने फारच विचारपूर्वक उत्तर दिले, “हिंदुस्तानात एक ठिकाण आहे, जिथे वस्तरे बनतात.” या उत्तरावर मित्राचा विश्वास बसला.

असेच एका शिख पागलने दुसऱ्या पागल शिखाला विचारले, ''सरदारजी, आम्हाला हिंदुस्तानला का पाठविण्यात येणार आहे ? आम्हाला तर त्या ठिकाणची भाषा पण येत नाही.''

दुसरा हसला, ''मला तर हिंदुस्तानची भाषा येते. हिंदुस्तानी फारच सैतानी आहेत मोठ्या ऐटित फिरत असतात.''

एका पागल मुसलमानाने आंघोळ करता करता पाकिस्तान जिंदाबादचा नारा इतक्या जोराने दिला की तो फरसीवर घसरून पडला आणि बेशुद्ध झाला.

काही पागल असे पण होते, यामध्ये अधिक भरणा त्या गुन्हेगारांचा होता, ज्यांना त्यांच्याच नोतवाईकांनी अधिकाऱ्यांना पैसे देवून पागल ठरवले होते, म्हणजे फासावर जाण्यापासून त्यांची सुटका होईल. त्यातल्या काही लोकांना समजत होते की हिंदूस्तानची फाळणी का झाली आहे आणि पाकिस्तान काय आहे, परंतु सर्वच घटना त्यांना माहीत नव्हत्या.

वर्तमानपत्रातून सगळं काही समजत नव्हतं आणि पहारेदार अडाणी प्रकारात मोडणारे होते. त्यांना विचारून काही फायदा होण्यासारखे नव्हते. त्यांना केवळ इतकंच माहीत झालं होतं की एक व्यक्ती, ज्याचं नाव मुहमद अली जीना आहे, ज्याला कायदे आजम म्हणतात. त्यांनी मुसलमानांसाठी एका देशाची निर्मिती केली आहे आणि त्याचं नाव पाकिस्तान आहे. तो कुठे आहे ? कोणत्या आवस्थेत आहे ? याबद्दल त्यांना काही माहीत नव्हतं.

हेच कारण आहे की पागलखान्यातील त्या सर्व पागलांचं डोकं खराब नव्हतं. ते या गोंधळात होते की ते पाकिस्तानात आहेत की हिंदूस्थानात. जर ते हिंदूस्थानात आहेत तर पाकिस्तान कुठे आहे आणि ते जर पाकिस्तानात असतील तर काही काळापूर्वी इथे रहात असूनही हिंदूस्थानमध्ये कसे होते ?

एक पागल हिंदूस्थान आणि पाकिस्तानच्या इतक्या गोंधळात पडला की अधिकच पागल झाला. झाडू मारता मारता एका दिवशी तो झाडावर चढला आणि एका फादीवर बसून त्याने सलग दोन तास भाषण दिले, जे पाकिस्तान आणि हिंदूस्थानसारख्या नाजूक विषयावर होते. सिपायांनी त्याला खाली येण्यास सांगितल्यावर तो आणखीच वर गेला. अधिक धमकाविल्यावर म्हणाला की, ''मला ना हिंदूस्थानात रहायचे आहे ना पाकिस्तानात, मला या झाडावरच रहायचे आहे.''

त्याला आलेला वेडाचा झटका कमी झाल्यावर मोठ्या प्रयत्नाने तो खाली उतरला आणि आपल्या हिंदू शिख बांधवाच्या गळयात पडून यामुळे मनसोक्त रडला की ते

त्याला सोडून हिंदूस्थानात जाणार आहेत.

एक एम. एस. सी. पास रेडिओ इंजिनिअर, जो मुसलमान होता आणि इतर पागलपासून दूर एकटाच एका बागेच्या वाटेनं दिवसभर शांतपणे फिरत रहायचा. त्याला काय झाले कोण जाणे पण त्याने अंगावरचे सर्व कपडे काढले आणि दफेदाराच्या स्वाधीन करून वस्त्रहीन आवस्थेत बागेत फिरू लागला.

एका जाड मुसलमान जो की मुस्लीम लीगचा कधीकाळी कार्यकर्ता होता, दिवसभरातून दहा पंधरावेळेस स्नान करायचा. त्याला अचानक नवीन सवय लागली. त्याचं नाव मुहमद अली जिन्ना असं सांगू लागला. त्याचं पाहून दुसरा शिख स्वतःला मास्टर तारासिंग समजू लागला. बागेत जबरदस्त खून खराबा होऊ नये म्हणून त्या दोघांना ठार वेडे ठरवून वेगवेगळया ठिकाणी हलवले.

लाहोरचा एक तरूण हिंदू वकील होता, जो प्रेमात पडून पागल झाला होता, ज्यावेळी त्याला माहीत झाले की अमृतसर हिंदूस्थानात गेले आहे, त्यामुळे त्याला खूप दुःख झाले. त्याच शहरातील हिंदू मुलीच्या प्रेमात पडला होता. तिने त्या वकीलाचे प्रेम नाकारले असले तरी तो तिला विसरला नव्हता. ठरवून तो त्या सर्व तमाम मुस्लीम नेत्यांना शिव्या देत होता, ज्यांनी हिंदूस्थानचे दोन तुकडे केले होते. त्याची प्रेमिका हिंदूस्थानी आणि तो पाकिस्तानी बनली होती.

ज्यावेळी आदला-बदलीचा विषय निघाला, त्यावेळी पागलांनी त्याला काळजी करू नये असे सांगतिले. त्याला हिंदूस्थानला पाठविले जाईल, जिथे त्याची प्रेमिका रहाते. पण त्याला लाहोर सोडून जायचे नव्हते. यामुळे की अमृतसरमध्ये त्याची प्रॅक्टिस चालणार नाही.

युरोपियन वार्डमध्ये दोन अँग्लो-इंडियन पागल होते, त्यांना ज्यावेळी माहीत झाले की हिंदूस्थानला स्वतंत्र करून इंग्रज गेले आहेत, त्यांना त्याचं खूप वाइट वाटलं. ते गुप्तपणे या विषयावर तासनूतास चर्चा करायचे की पागलखान्यात त्यांचा आता दर्जा काय असेल, युरोपियन वार्ड असणार आहे की नाही. ब्रेकफास्ट मिळणार आहे किंवा नाही. त्यांना डबलरोटीच्या ठिकाणी भारतीय चपाती तर खावी लागणार नाही ना ?

एक शिख होता, ज्याला पागलखान्यात दाखल करून पंधरा वर्षे झाले होते. प्रत्येकवेळी त्याच्या बोलण्यातून विचित्र शब्द ऐकायला मिळायचे. 'ओपड दी गडगड दी एनेक्स दी बेध्याना दी मुंग की दाल ऑफ दी लालटेन.' तथापि कधी कधी एखाद्या भिंतीजवळ झोपून जायचा. सतत उभा राहून त्याचे पाय सुजले होते. पिंढ्या पण पसरल्या होत्या. इतका त्रास असूनही तो एका ठिकाणी थांबून आराम करीत नव्हता.

हिंदूस्थान-पाकिस्थानच्या पागलांच्या आदला-बदलीचा ज्योवळी विषय निघायचा, हा लक्ष देवून ऐकायचा. त्याला जर कोणी विचारले की त्याला याबद्दल काय वाटते तर तो फार गंभीरपणे उत्तर द्यायचा. 'ओपड दी गडगड दी एनेक्स दी बेध्याना दी मुंग की दाल ऑफ दी पाकिस्तान गवर्नमेंट.'

परंतु नंतर "ऑफ दी गवर्नमेंट पाकिस्तान' च्या जागी 'ऑफ दी टोबा टेकसिंह गवर्नमेंट' हे नाव येऊ लागले. त्याने दुसऱ्या पागलांना विचारायला सुरूवात केली की टोबा टेकसिंह कुठे आहे ? कुठे रहातो ? परंतु कोणालाही माहीत नव्हते की तो पाकिस्तान असतो की हिंदूस्थानात ?

काय माहीत जे लाहोर आज पाकिस्तान आहे, उद्या हिंदूस्थानात असेल किंवा संपूर्ण हिंदूस्थानच पाकिस्थान बनेल आणि हे पण कोणी ठामपणे सांगू शकत नाही की हिंदूस्थान आणि पाकिस्थान जगाच्या नकाशावरूनच गायब होणार नाही कशावरून?

एका पागल शिखाचे केस झडून थोडेच शिल्लक होते. कारण तो आंघोळ करीत नसायचा, दाढी आणि केस गोळा झाले होते. त्यामुळे त्याचा आवतार फारच विचित्र असा झाला होता. परंतु त्याने कधी कोणाचे नुकसान केले नाही. पंधरा वर्षात त्याने कोणासोबत साधे भांडण केले नव्हते. पागलखान्याचे जे जुने नोकर होते, ते त्याच्याबद्दल इतके समजून होते की टोबा टेकसिंह या ठिकाणी त्याची बरीच जमीन होती. चांगल्या जमीनदारच्या घरचा होता तो, पण अचानक डाके फिरले.

त्याच्या नातेवाईकाने त्याला लोखंडी साखळीने बांधून आणले आणि पागलखान्यात दाखल केले.

महिन्यातून एकदा ती मंडळी येत असत आणि त्याची चौकशी करून निघून जात. विशिष्ट काळापर्यंत हा क्रम चालू राहिला. परंतु हिंदूस्थान-पाकिस्तान अशी गडबड सुरू झाल्यापासून त्यांचे येणे-जाणे बंद आहे.

त्याचे नाव बिशन सिंग असे होते, पण सगळेजण त्याला टोबा टेकसिंह असे म्हणत. दिवस कोणता आहे, महिना कोणता आहे किंवा किती वर्षे निघून गेलेत, काही काही त्याला माहित नव्हते. परंतु त्याचे नातेवाइक त्याला भेटायला आल्यावर त्याला त्याची माहिती व्हायची. तो मुद्दाम एका दफेदाराला सांगायचा की त्याची भेट घेण्यासाठी कोणीतरी येणार आहे.

त्या दिवशी तो चांगली अंघोळ करायचा अगदी साबून लावायचा, डोक्याला तेल लावून तो केस करायाचा. कपडे ज्याने कधी नीट परिधान केले नाहीत, परिधान करायचा आणि भेटायला आलेल्या नातेवाइकांना तो असा नटून थटुन भेटायचा.

त्यांनी काही विचारल्यावर तो शांत रहायचा किंवा कधी कधी 'ओपड दी गडगड दी एनेक्स दी बेध्याना दी मुंग की दाल ऑफ दी लालटेन.' असं बडबडायचा.

त्याला एक मुलगी होती, पंधरा वर्षात ती आता तरूण झाली होती. बिशन सिंह तिला ओळखतही नव्हता. ज्यावेळी ती लहान होती, त्यावेळी देखील ती बापाला पाहून रडायची. तरूण झाली तरी तिचे डोळे भरून येतात.

पाकिस्तान आणि हिंदूस्थानचा किस्सा सुरू झाल्यावर त्याने दुसऱ्या पागलांना विचारायला सुरूवात केली की टोबा सिंह कुठे आहे ? टोबा टेकसिंह कुठे आहे ? समाधानकारक उत्तर मिळत नसल्याने त्याच्या जटा दिवसेंदिवस वाढत गेल्या. आता भेटायला पण कोणी येत नाही. आधी तर त्याला माहित पडायचे की त्याला भेटायला कोणीतरी येणार आहे. पण आता जणू त्याच्या आत्म्याचा आवाजच बंद झाला आहे, जो ते आल्याचा आवाज देत होती.

त्याची मनापासून इच्छा होती की त्या लोकांनी यावे, जे सहानुभूती दर्शवत होते आणि त्याच्यासाठी फळे मिठाई, कपडे आणत होते. त्यानी त्यांना विचारलेच की टोबा टेकसिंह कुठे आहे, तर त्यांनी खात्रीनं सांगितले असते की पाकिस्तानात आहे किंवा हिंदूस्थनात. कारण त्याला खात्री होती की ती माणसं टोबा टेकसिंह या ठिकणाहूनच येतात जिथे त्याची जमीन आहे.

पागलखान्यात एक पागल असाही होता, जो स्वतःला ईश्वर समजत होता. त्याला एक दिवशी बिशनसिंहाने विचारले की टोबा टेकसिंह पाकिस्थानमध्ये आहे किंवा हिंदूस्थानात. त्याने त्याच्या सवयीनुसार तगादाच लावला आणि म्हणाला, तो ना पाकिस्थानात आहे ना हिंदूस्थानात, म्हणून की आम्ही आतापर्यंत आदेश दिला नाही."

बिशनसिंहाने ईश्वराकडे प्रार्थना केली की त्याने आदेश द्यावा ज्यामुळे विषय संपून जाईल. परंतु तो फार व्यस्त होता, कारण की त्याला अनेक असंख्य आदेश द्यायचे होते. एक दिवशी तो त्रागा करीत त्यावर नाराज झाला, 'ओपड दी गडगड दी एनेक्स दी बेध्याना दी मुंग की दाल ऑफ वाहे गुरूजी दा खालसा अँड वाहे गुरजी दी फतेह'-जो बोले सो निहाल-सत श्री अकाल.'

याचा कदाचित हाच अर्थ असावा की तू मुस्लिमाचा खुदा आहेस-शिखांचा खुदा असता तर माझे निश्चित ऐकले असते.

आदला बदलीच्या काही दिवसापूर्वी टोबा टेकसिंहचा एक मुसलमान मित्र, भेटायला आला होता. आधी तो कधी आला नव्हता. ज्यावेळी बिशनसिंहाने त्याला पाहिल्यावर एकिकडे झाला आणि परत जाऊ लागला. परंतु सिपायांनी त्याला रोखले, "हा तुला भेटायला आला आहे-तुझा मित्र फजलुद्दीन आहे."

बिशनसिंहाने फजलुद्दीनला एकदा पाहून घेतले आणि काहीतरी बडबड करू लागला. फजलुद्दीनने पुढे होऊन त्याच्या खांद्यावर हात ठेवला, "मी फार दिवसापासून विचार करीत होतो की तुला भेटावं, परंतु वेळच नाही मिळाला. तुमची सर्व माणसं आनंदाने निघून गेले होते. मला जितकी मदत करता येईल, मी केली. तुझी मुलगी रूप कौर..."

तो बोलताना थांबला. बिशनसिंह काही आठवण करू लागला, मुलगी रूप कौर?"

फजलुद्दीनने थांबून म्हटले, होय...ती...पण ठीक आहे....त्यांच्यासोबतच निघून गेली होती.

बिशनसिंग शांत राहिला. फजलुद्दीनने सांगायला सुरूवात केली, त्यांनी मला सांगितले होते की तुझी चौकशी करीत रहा. आता मी ऐकले आहे की तू हिंदूस्थानला जात आहेस. भाई बलबीर सिंह आणि भाई बधवा सिंह यांना माझा सलाम सांगा...आणि बहिण अमृत कौरला देखील.

भाई बलबिर सिंहाला सांग की फजलुद्दीन मजेत आहे. दोन भोऱ्या म्हशी, ज्या त्यांनी मागे ठेवल्या होत्या, त्यापैकी एकीने रेडा दिला आहे, दुसरीला वासरू झालं होतं. पण ती सहा दिवसातच मृत झाली... आणि...माझ्याकडून जे शक्य झालं, सांग म्हणावं. मी तयार आहे...आणि हे तुझ्यासाठी थोडेसे भारूंडे.

बिशनसिंहाने भारूंडयांची पिशवी घेऊन जवळच उभ्या असलेल्या सिपायाच्या स्वाधीन केली आणि फजलुद्दीनला विचारले, "टोबा टेकसिंह कुठे आहे ?" "टोबा टेकसिंह !"

फजलुद्दीन अगदीच आश्चर्याने विचारले, "कुठे आहे ? जिथे आहे तिथेच आहे."

बिशनसिंहाने पुन्हा विचारले, "पाकिस्तानात किंवा भारतात ?"

हिंदूस्थानात, नाही नाही पाकिस्तानात." फजलुद्दीन गडबडून गेला. बिशनसिंह बडबडत गेला, 'ओपड दी गडगड दी एनेक्स दी बेध्याना दी मुंग की दाल ऑफ दी पाकिस्थान अँड हिंदस्थान ऑफ दी दुर फिटे मुंह." आदला बदलीची जोरदार तयारी पूर्ण झाली होती. तिकडचे इकडे आणि इकडचे तिकडे आदला बदली करण्यात येणाऱ्या पागलांची यादी दोन्हीकडे पोहचली होती आणि तारीख देखील ठरली होती. कडाक्याच्या थंडीचे दिवस होते. लोहोरच्या पागलखान्यातून शिख-हिंदू पागल ट्रकमध्ये भरून पोलिस बदोबस्तासहीत रवाना झाल्या. संबंधीत अधिकारी देखील त्यांच्यासोबत होते. वाघा बॉर्डरवर दोन्हीकडचे सुपरीटेंडेंट एकमेकांना भेटले आणि प्रारंभिक कार्यवाही पूर्ण केल्यावर आदला बदली सुरू झाली, जी रात्रभर चालू होती.

पागलांना ट्रकमधून काढणे आणि त्यांना दुसऱ्या अधिकऱ्यांकडे स्वाधीन करणे फारच कठीण काम होते. काहीतर बाहेरच येत नव्हते. जे बाहेर निघायला तयार असत त्यांना सांभाळावे लागायचे. कारण की इकडे तिकडे पळत सुटायचे. जे नग्न होते, त्यांना कपडे दिले जायचे, ते कपडे फाडून टाकायचे. कोणी शिव्या देत आहे. काहींचं बोलणं ऐकू येत नव्हतं. पागल स्त्रियांचा स्वर वेगळाच होता आणि थंडी इतकी कडाक्याची होती की दातावर दात थरथरत होते.

अनेक पागलांना ही आदला बदल नको होती. यामुळे की त्यांच्या लक्षातच येत नव्हते की त्यांना कोणत्या ठिकाणी घेऊन जात आहेत. काहीजण जे थोडंफार समजू शकत होते, पाकिस्तान जिंदाबादच्या घोषणा देत होते. दोन तीन वेळा भांडण होता होता राहिले. कारण की काही हिंदू आणि शिखांना घोषणा ऐकूण राग येऊ लागला होता.

ज्यावेळी किंसनसिंहाची वेळ आली आणि त्याला दुसरीकडे पाठविण्याच्या संदर्भात अधिकारी लिखा पढी करू लागले तर त्याने विचारले, "टोबा टेकसिंह कुठे आहे ? पाकिस्तानात किंवा हिंदूस्तानात ?" "टोबा टेकसिंह !" याने अगदीच आश्चर्याने विचारले, "कुठे आहे ? जिथे आहे तिथेच आहे."

बिशनसिंहाने विचारले, "पाकिस्थानात किंवा भारतात ?"

हिंदूस्थानात, नाही नाही पाकिस्थानात." फजलुद्दीन गडबडून गेला.

बिशनसिंह बडबडत गेला, 'ओपड दी गडगड दी एनेक्स दी बेध्याना दी मुंग की दाल ऑफ दी पाकिस्थान अँड हिंदस्थान ऑफ दी दुर फिटे मुंह."

आदला बदलीची जोरदार तयारी पूर्ण झाली होती. तिकडचे इकडे आणि इकडचे तिकडे आदला बदली करण्यात येणाऱ्या पागलांची यादी दोन्हीकडे पोहचली होती आणि तारीख देखील ठरली होती. कडाक्याच्या थंडीचे दिवस होते. लोहोरच्या पागलखान्यातून शिख-हिंदू पागल ट्रकमध्ये भरून पोलिस बदोबस्तासहीत रवाना झाल्या. संबंधीत अधिकारी देखील त्यांच्यासोबत होते. वाघा बॉर्डरवर दोन्हीकडचे सुपरीटेंडेंट एकमेकांना भेटले आणि प्रारंभिक कार्यवाही पूर्ण केल्यावर आदला बदली सुरू झाली, जी रात्रभर चालू होती.

पागलांना ट्रकमधून काढणे आणि त्यांना दुसऱ्या अधिकऱ्यांकडे स्वाधीन करणे फारच कठीण काम होते. काहीतर बाहेरच येत नव्हते. जे बाहेर निघायला तयार असत त्यांना सांभाळावे लागायचे. कारण की इकडे तिकडे पळत सुटायचे. जे नग्न होते, त्यांना कपडे दिले जायचे, ते कपडे फाडून टाकायचे. कोणी शिव्या देत आहे. काहींचं बोलणं ऐकू येत नव्हतं. पागल स्त्रियांचा स्वर वेगळाच होता आणि थंडी इतकी कडाक्याची होती की दातावर दात थरथरत होते.

अनेक पागलांना ही आदला बदल नको होती. यामुळे की त्यांच्या लक्षातच येत नव्हते की त्यांना कोणत्या ठिकाणी घेऊन जात आहेत. काहीजण जे थोडंफार समजू शकत होते, पाकिस्तान जिंदाबादच्या घोषणा देत होते. दोन तीन वेळा भांडण होता होता राहिले. कारण की काही हिंदू आणि शिखांना घोषणा ऐकून राग येऊ लागला होता.

ज्यावेळी किंसनसिंहाची वेळ आली आणि त्याला दुसरीकडे पाठविण्याच्या संदर्भात अधिकारी लिखा पढी करू लागले तर त्याने विचारले, "टोबा टेकसिंह कुठे आहे ? पाकिस्तानात किंवा हिंदूस्तानात ?"

संबंधीत अधिकरी हसला आणि म्हणाला, "पाकिस्तानात."

हे ऐकूण बिशन सिंह बाजूला झाला आणि आपल्या सहकाऱ्याकडे पळाला. पाकिस्तानी सिपायांनी त्याला पकडले आणि दुसरीकडे घेऊन गेले. परंतु त्याने सोबत यायला नकार दिला. टोबा टेकसिंह कुठे आहे ? आणि मोठमोठ्याने ओरडू लागला, "ओपड दी गडगड दी एनेक्स दी बेध्याना दी मुंग की दाल ऑफ टोबा टेकसिंह दी अँड पाकिस्तान."

त्याला खूप समजावल्या गेलं, हे पहा टोबा टेक सिंह आता हिंदूस्तानात गेलं आहे. गेले नसेल तर त्याला तात्काळ पाठविले जाइल. परंतु त्याने काही ऐकले नाही. ज्यावेळी जबरदस्तीने दुसरीकडे घेऊन जाण्याचा प्रयत्न झाला, त्यावेळी तो तिथेच त्याच्या सुजलेल्या पायावर उभा राहिला, जसे की जगातली कोणतीही शक्ती त्याला त्या ठिकाणाहून हलवू शकणार नाही.

कारण मनुष्य बेजार होता, म्हणून त्याच्यासोबत जबरदस्ती करण्यात आली नाही. त्याला तिथेच उभा ठेवण्यात आले आणि उर्वरीत कार्यवाही करण्यात आली.

सूर्योदयापूर्वी स्तब्ध उभा असलेल्या बिशन सिंहाच्या गळयातून एक गगनभेदी आवाज बाहेर पडला. सगळीकडून सगळे अधिकारी धावत आले आणि पहातात तर तो व्यक्ती, जो पंधरा वर्षापासून रात्रंदिवस आपल्या पायावर उभा होता, पालथा पडला होता. इकडे काटेरी तारांच्या मागे हिंदूस्तान होता, तिकडे तसाच काटेरी तारांच्या मागे पाकिस्तान होता. मध्ये जमीनीच्या तुकडयावर जिला कोणतेच नाव नव्हते, तिच्यावर टोबा टेकसिंह पडला होता.

६.

तिसरी शपथ अर्थात मारल्या गेले गुलफाम

- फणीश्वर नाथ रेणू

हिरामन गाडीवानाच्या पाठीत गुदगुदी वाटते....

मागच्या वीस वर्षापासून गाडी हाकतो आहे हिरामन. बैलगाडी. सीमेच्या पालिकडे, मोरंग राज नेपाळपासून धान्य आणि लाकडे वाहून नेले आहेत. कंट्रोलच्या जमान्यात चोरबाजारीचा माल इकडून तिकडे पोहचवला आहे. परंतु कधी तर अशी गुदगुदी नाही वाटली पाठीत !

कंट्रोलचा जामाना ! हिरामन कधी विसरू शकतो त्या काळाला ! एकदा चार खोपा सिंमेंट आणि कपड्याच्या गाठोड्याने भरलेली गाडी. जोगवानीतल्या विराटनगरमध्ये पोहचल्यावर हिरामनचे मन भांड्यात पडले. फारबिगंजचा प्रत्येक चोर व्यापारी त्याला पक्का गाडीवान मानतो. त्याच्या बैलाचे कौतूक मोठ्या गादीचे मोठे सेठ स्वतः करीत, त्यांच्या भाषेत.

गाडी पकडल्या गेली पाचव्यांदा. सीमेच्या पालिकडे नेपाळात.

महाजनचा मुनीम त्याच गाडीत गाठोड्यांच्या मध्ये नजर चुकवून बसला होता. पोलिसाचे दीडहात लांब चोरबत्तीचा किती उजेड असतो, हे हिरामनला माहित आहे. ती डोळ्यावर थोडी जरी पडली तरी, एक तास समोरचं काहीच दिसत नाही. प्रकाशासोबत त्याचा कडकडणारा आवाज 'ऐ-य !' थांबव गाडी, साले गोळी घालीन ?'

वीसच्या वीस गाड्या अचानक थांबल्या. हिरामनने आधीच सांगितले होते, यह बीस विषावेगा! दरोगा साहेब, आपल्या गाडीत लपून बसलेल्या मुनीमजीवर बॅटरी चमकवीत भूतासारखे हसले, हा हा हा ! मुनीमजी ई ई ई ई ! ही ही ही ही ही ! ऐ-य, साला गाडीवान, तोंड काय पहातोस रे ए ए ! या पोत्याच्या तोंडावरून घोंगडी काढ! हातातल्या लहानशा काठीने मुनीमजीच्या पोटावर थोपटवत तो म्हणाला होता, ही पोती ! शाब्बास !'

सब-इन्स्पेक्टर आणि मुनीमजी यांच्यात खूप जुने भांडण असेल, नाहीतर इतके पैसे स्वीकारूनही पोलिस-इन्स्पेक्टरच्या मनाचा थरकाप उडू नये ! चार हजार तर गाडीवर बसलेलाच देत आहे. हवालदाराने त्याच्यावर दुसऱ्यांदा काठीने वार केले. 'पाच हजार' पुन्हा काठीने टोचले. 'उतर खाली...'

मुनीमला गाडीतून खाली उतरवल्यावर हवालदाराने त्याच्या डोळ्यावर बॅटरीचा उजेड केला. त्यांनर दोन हवालदारांसह पंचवीस-पंचवीस दोरी रस्त्यापासून झाडीत नेण्यात आली. गाड्या आणि वहानावर पाच बंदुकधारी सैनिकांचे पहारे ! हिरामनच्या लक्षात आले. यावेळी निस्तर नाही. जेल ? हिरामनला जेलची भीती नाही. परंतु त्याचे बैल ? ते किती दिवस चारा-पाण्याशिवाय सरकारच्या दारात पडून रहातील-तहानलेले भुकेलेले. त्यांनतर त्याचा लिलाव होईल. तो भाऊ आणि वहिनीला तोंड दाखवू शकणार नाही. भाऊ आणि वहिनीला तो तोंड दाखवू शकणार नाही कधी ?

लिलावाची बोलू त्याला ऐकायला येऊ लागली. एक-दोन-तीन ! दरोगा आणि मुनीम यांच्यात काही समेट घडत नव्हता बहुतेक.

हिरामनच्या गाडीजवळ तैनात सिपायांनी त्यांच्या भाषेत दुसऱ्या सिपांयाना हळू आवाजात विचारले, काय हो, प्रकरण गंभीर आहे का ? मग खैनी तंबाखू देण्याच्या बहाण्याने सिपायाजवळ गेला.

एक-दोन-तीन ! तीन चार गाड्यांच्या आड. हिरामनने निर्णय घेतला. त्याने हळूचे आपल्या बैलाच्या गळ्यातल्या दोर सोडला. गाडीत बसल्या बसल्या दोंघांची जोडी जमवली. बैल समजले त्यांना काय करायचे आहे. हिरामन उतरला, जुंपलेल्या गाडीत वेळूंची टिकटी लाऊन बैलाना जू पासून वेगळे केले. दोघांच्या कानाजवळ गुदगुदी लावली आणि मनातली मनात बोलला, चल, भैयन, जीव वाचला तर अशा गाड्या पुष्कळ मिळतील. ...एक-दोन-तीन ! नऊ-दोन-आकरा !...'

गाडींच्या आड सडकेच्या किणारी दूरपर्यंत दाट जंगल पसरले होते. जीव तोडून तीन तिघांनी झाडी ओलांडली. निर्भयपणे, आवाज न करता ! मग आरामशीर दुडकी चाल धरत तराईच्या जंगलातून बाहेर पडले. रस्त्यात दिसेल ते खात, नदी नाले पार करीत पळाले शेपूट वर करीत. मागे मागे हिरामन. रात्रभर पळत राहिले तिघेजण.

घरी पोहचल्यावर दोन दिवसापर्यंत हिरामन दुमन थकून पडून राहिला. शुद्धीवर येताच त्याने कान पकडून शपथ घेतली होती. 'पुन्हा कधी असले सामान गाडीत वाहून नेणार नाही.'

चोरबाजाराचा माल ? तोबा, तोबा !...माहीत नाही मुनीमजीचे काय झाले ! ईश्वरालाच माहीत त्याच्या दणकट गाडीचे काय झाले ? असली इस्पात लोखंडाची

धुरी होती. दोन्ही चाकं तर नाही, पण एक चाक अगदीच नवे होते. गाडीला रंगीन दोरांनी काळजीपूर्वक गाठी बांधल्या होत्या.

त्याने दोन शपथा घेतल्या. एक चोरीचा माल वाहून नेणार नाही. दुसरी, बांबू, त्याच्याकडे येणाराला तो आधीच विचारत असे की चोरीचा मामला तर नाही ? बांबू वाहून नेण्याचे कोणी पन्नास रूपये जरी दिले, हिरामनची गाडी मिळणार नाही. त्याने दुसऱ्याची गाडी पहावी.

बांबुने भरलेली गाडी. गाडीच्या चार हात पुढे आणि मागे बांबूचे टोक निघालेले असते. गाडी नेहमीच नियंत्रणाबाहेर असते. नियंत्रणाबाहेरचे ओझे आणि खरैहिया शहराची गोष्ट. भाडोत्रीचा अंधश्रद्धाळू नोकर बांबूचा भाला धरून चालत मुलीच्या शाळेकडे पाहू लागला. वळणावर बस घोडागाडीला धडकली. हिरामनने बैलांची दोरी ओढली तोपर्यंत गाडीचा छत बांबुच्या खांबामध्ये अडकला. घोडा वव्हकाने त्याला शिवीगाळ करीत मारहाण केली. फक्त बांबुची लाडणीच नाही तर हिरामनने खरैहिया शहराची लाडणीही सोडली आणि फारबिसगंजहून मोरगपर्यंत मालवाहतूक सुरू झाल्यावर गाडीचीच वाट लागली. अनेक वर्षे हिरामनने अर्ध वाटा तत्त्वावर बैलांची काम चालवले. अर्धा हिस्सा गाडीवाल्याचा अर्धा बैलवाल्याचा. हिस्स ! फुकटच चालवा गाडी ! अर्धेदारीच्या तत्त्वाने बैलाचे पोट भरत नाही. मागच्या वर्षी त्याने स्वतःची गाडी बनवली आहे.

देवी माते भले कर त्या त्या सर्कशीतल्या वाघाचे. गेल्यावर्षी याच मेळ्यात वाघगाडीला ओढून नेणारे दोन घोडे मेले. चंपानगरहून फारबिसगंज मेळ्याला येताना सर्कसीच्या मॅनेजरने गाडीवान-पट्टीत घोषणा करीत म्हटले की 'शंभर रूपये भाडे मिळेल.' एक दोन गाडीवान तयार झाले. परंतु त्यांचे बैल वाघगाडीच्या दहा हात दूरवरूनच भीतीने घाबरू लागले. दोरी तोडून पळाले. हिरामनने आपल्या बैलाची पाठ थोपटवत म्हटले, पहा, राजाहो, अशी संधी पुन्हा मिळणार नाही. आपली स्वतःची गाडी करायची असेल तर हिच संधी आहे. नाहीतर मग अर्धेदारी. अरे पिंजऱ्यात बंद असणाऱ्या वाघांची काय भीती ? मोरंगच्या जंगलात तर गुरगुरणाऱ्या वाघांना पाहिलेच आहे तुम्ही. मागे मी आहेच...

गाडीवानाच्या टोळीत टाळ्या वाजवल्या गेल्या एकत्र. सगळयांची लाज ठेवली हिरामनच्या बैलाने. टुणकन पुढे झाले आणि वाघगाडीला जंपून घेतलं एका मागून एकानं. फक्त डाव्या बाजूच्या बैलानं जुंपून घेतल्यावर बरेच मुत्र विसर्जन केलं. हिरामनने दोन तीन दिवसापासून नाकावरून कपड्याची पट्टी नव्हती काढली. मोठ्या गादीच्या

मोठ्या सेठप्रमाणे नाकावर काही बांधल्याशिवाय वाघीणीचा गंध सहन करून शकत नाही कोणी.

वाघगाडीचा गाडीवान बनला आहे हिरामन. कधी पाठीत अशी गुदगुदी नाही भासली. आज राहून राहून त्याच्या गाडीत चंपाचे फुल उठून दिसते आहे. पाठीवर गुदगुदी झाल्यावर तो गमज्याने पाठ झटकतो.

हिरामनला वाटते की दोन वर्षापासून चंपानगरची भगवती मैया त्याच्यावर प्रसन्न आहे. गेल्यावर्षी स्वतःची बैलगाडी झाली. रोख शंभर रूपये भाडे सोडून बुटाड, चहा-बिस्किट आणि पूर्ण रस्त्यात माकडांचा तमाशा फुकट पाहिला तो वेगळाच !

आणि यावेळी ही मादी वाघांची सवारी. मादी आहे की चंपाचे फुल. त्यांच्यामुळे गाडीत सुंगध दरवळत आहे.

कच्चा सडकेवर एका लहानशा खड्डयात गाडीचे डावे चाक ऐनवेळी कुचकल्यासारखे झाले. हिरामनच्या गाडीतून एक हलकासा आवाज आला. हिरामनने डाव्या बैलाच्या ढुब्यावर मारत म्हटले, साला ! काय समजतो, बोऱ्याचे ओझे थोडेच आहे ?"

"अहा ! मारू नका !"

न दिसलेल्या आवाजाने हिरामनला चकित केले. मुलाच्या शब्दाप्रमाणे नाजूक, मधाळ भाषा !

मथुरामोहन नाटक कंपनीत लैलाचे काम करणाऱ्या हिराबाईचे नाव कोणी ऐकले नसेल बरं ! परंतु हिरामनची गोष्ट वेगळी आहे ! त्याने सात वर्षापर्यंत सतत मेळ्याचे ओझे वाहिले आहे, कधी नाटकाच्या थिएटरचे किंवा बायस्कोपचे सिनेमे नाही पाहिले. लैला किंवा हिराबाईचे नाव देखील त्याने कधी ऐकले नाही. पहाण्याचे दूरच ! तर मेळा संपण्याच्या पंधरा दिवस आधीच्या रात्री बेलामध्ये काळी ओढणी घेतलेल्या स्त्रीला पाहून त्याच्या मनाला धक्का आवश्यक बसला होता. खोके वाहून नेणाऱ्या नोकरासोबत गाडी भाडे ठरवणे चालू असताना ओढनीवाल्या स्त्रीने मान हालवून नाही असे म्हटले. हिरामनने गाडी जुंपताना नोकराला म्हटले, "काय भैया, काही चोरी मारीची भानगड तर नाही ना ?' हिरामनला पुन्हा नवल वाटले. खोके वाहून नेणाऱ्या माणसाने हाताच्या ईशाऱ्याने गाडी घेऊन जायला सांगितले आणि अंधारात गायब झाला. हिरामनला मेळयात तंबाखू विकणाऱ्या काळ्या साडीवाल्या स्त्रीची आठवण आली होती.

अशावेळी कोण कशाला गाडी पुढे घेऊन जाईल !

एक तर पाठीत गुदगुदी वाटतेय. तिकडे अधून मधून चंपाचे फुल उमलते त्याच्या गाडीत. बैलांना रागावे तर सैरभैर होता. तिची सवारी ! स्त्री एकटी, तंबाखू विकणारी

म्हतारी नाही. आवाज ऐकल्यावर तो पुन्हा पुन्हा वळून टप्परमध्ये नजर टाकतो, गमज्याने पाठ झाडतो....देवालाच माहीत यावेळी काय लिहिलय त्याच्या नशीबात ! गाडी जेव्हा पुर्वेकडे वळली, एक तुकडा चांदनी त्याच्या गाडीत घुसली. सवारीच्या नाकावर एक काजवा चमकू लागला. हिरामनला सगळं काही विचित्र विचित्र वाटू लागलं. समोर चंपानगर पासून सिंधिया गावापर्यंत पसरलेले मैदान...कुठे डाकीन-भूत तर नाही ?

हिरामनच्या गाडीने रंग बदलला. चांदनीचा पूर्ण चेहरा दिसल्यावर हिरामन ओरडलाच, अरे बापरे ! ही तर परी आहे !"

परीचे डोळे उघडले. हिरामनने रस्त्याकडे तोंड केले आणि बैलाना टोचनी दिली. तो जीभेला टाळूला लाऊन टी टी टी असा आवाज काढतो आहे. हिरामनची जीभ माहीत नाही कधीपासून वाळून लाकाडप्रमाणे झाली होती !

भैया, तुझे नाव काय आहे ?"

याची सवारी हसते...हसण्यात गंध आहे.

तर मीता म्हणेल, भैया नाही. माझे नाव देखील हीरा आहे."

"इश्श ! हिरामनला कळत नाही. स्त्री-पुरूषाच्या नावात फरक असतो.

"हां जी, माझे नाव हिराबाई आहे."

"कुठे हिरामन आणि कुठे हिराबाई, खूप फरक आहे !

हिरामनने आपल्या बैलाना झटका दिला, कान देऊन ऐकल्याने रस्ता कापल्या जाणार आहे का ? या उजव्या बैलाच्या पोटात सैतीनी भरली आहे." हिरामनने डाव्या बैलाच्या ढुब्यावर टोचनी दिली.

"मारू नका, हळूहळू चालू द्या. घाई कसली आहे. !'

हिरामन समोर प्रश्न पडला, काय म्हणावं आणि हिराबाईसोबत गप्पा कराव्यात, एकेरी नाव घेऊन की आव जावं बोलून ? त्याच्या भाषेत आदराने तुम्हाला असे म्हटले जाते, कचराही बोलीत दोन चार प्रश्न उत्तर दिले तरी चालत होतं. मनसोक्त गप्पा बोलीभाषेतच केल्या जाऊ शकते कोणासोबतही. पहाटेच्या वेळी असिन काटिकला धुक्याने व्यापून टाकल्याने हिरामन चिडलेला असतो. अनेकवेळा तो मार्ग चुकून भटकला आहे. पण आज सकाळच्या या दाट धुक्यातही तो खूश आहे. नदीकाठच्या पळसाच्या शेतातून फुललेल्या भाताच्या रोपांचा वाऱ्यांचा वास येतो. शुभदिनी असा सुंगध गावात दरवळतो. त्याच्या गाडीत पुन्हा चंपा फुलतो. त्या फुलात एक परी बसली आहे. जय भगवती.

हिरामनला डोळ्याच्या कोपऱ्यातून तिची स्वारी दिसली...मीता..हिरामनला टक लावून पहात असणारे. हिरामनच्या मनात काही अनोळखी राग घुमले. संपूर्ण शरीर डोकेदुःखी होते. म्हणाले, बैलांना फटकारले तर फार वाईट वाटतं का ?

हिराबाईनं पारखलं, हिरामन खरंच हिरा आहे.

चाळीशीतला एक कडक, काळ्याकुट्ट त्वचेचे, अडाणी तरूण, त्याला त्याच्या गाड्या आणि बैलाशिवाय जगातल्या कोणत्याच गाष्टीत फारसा रस नाही. घरात एक मोठा भाऊ आहे, तो शेती करतो. तो मुलांसह एक माणूस आहे. हिरामण आपल्या वहिनीचा भावापेक्षा जास्त आदर करतो. त्याला वहिनीचीही भीती वाटते. हिरामणचेही लग्न झाले होते, बालपणीच वधूचा जन्म होण्यापूर्वीच मृत्यू झाला होता. हिरामणला आपल्या वधूचा चेहरा आठवत नाही...दुसरे लगन ? पुन्हा लग्न न करण्याची अनेक कारणे आहेत. वहिनीच्या हट्टीपणामुळे हिरामणामुळे हिरामणाचे लग्न अविवाहित मुलीशीच होईल. कुमारी म्हणजे पाच-सात वर्षांची मुलगी. श्रधा-कायद्यावर कोणाचा विश्वास आहे ? कोणी मुलीवाला विवाहीत व्यक्तीला आपली मुलगी गरज असेल तरच देऊ शकतो. तीन अटी घालून बसली आहे. त्याची वहिनी ठरवून बसली आहे तर बसली आहे. वहिनीसमोर भावाचे पण काही चालत नाही ! ...आता हिरामनने ठरवलंय, लग्न करणार नाही. बला कोण विकत आणायला जातं का ! लग्न झाल्यावर गाडी कोण कशाला चालवील ! सगळं काही सोडू शकतो हिरामन पण गाडी चालवणं नाही.

हिरामनसारखा निष्पाप माणूस हिराबाईंनी क्वचितच पाहिला असेल. विचारले, “तुमचे गाव कोणत्या जिल्ह्यात आहे.” कानपूर नाव ऐकताच तिला इतके हसायला आले की बैल बिचकले. हिरामन हासताना मान खाली घालतो. हंसू थांबल्यावर तो म्हणाला, “वा रे कानपूर ! तर मग नागपूरही असेल ?” आणि जेव्हा हिराबाईने नागपूर आहे म्हटले मग तर हसून हसून त्याची वाट लागली.

वा रे जग ! कसली कसली नावं असतात ! कानपूर नाकपूर ! हिरामनने हिराबाईच्या कानातील फुलाला लक्षपूर्वक पाहिले. नाकाच्या चित्राचे तुकडे पाहून त्याला धक्काच बसला-रक्ताचे थेंब !

हिरामनने हिराबाईचे नाव कधी ऐकले नव्हते. नाटक कंपनीच्या बाईला तो बाई समजत नाही. नाटक कंपनीत काम करणाऱ्या स्त्रीया त्याने पाहिल्या आहेत. सर्कस कंपनीची मालकीन तिच्या तरूण दोन मुलीसह वाघगाडीजवळ यायची. वाघांना चारा-पाणि द्यायची. त्यांचा लाड पण करायची. हिरामनच्या बैलाना देखील डबलरोटी - बिस्कुट चारले होते मोठ्या मुलीने.

हिरामन हुशार आहे. धुके कमी होताच मी माझ्या चादरीने स्वतःला टॅपरमध्ये झाकले. फक्त दोन तास ! त्यांनतर वाटेने चालणे अवघड होते. सकाळची कटिकची धूळ तुम्हाला सहन होणार नाही. काजरी नदीच्या काठावर तेगछियाजवळ गाडी उभी करू. दुपार घालवू आणि नंतर..."

समोरून येणारी गाडी पाहूनच तो सतर्क झाला. पायवाट आणि बैलावर लक्ष देवून बसला. रस्त्याने जाणाऱ्या गाडीवानाने विचारले, जत्रा संपत आलीय का भाऊ?"

हिरामनने उत्तर दिले, त्याला जत्रेबद्दल माहित नाही. त्याच्या गाडीवर बिदागी' (नायहार किंवा मुलगी तिच्या सासरी जाणारी) आहे. माहित नाही कोणत्या गावचे नाव सांगितले होते हिरामनने.

"छातापुर-पचीरा कुठे आहे ?'

तुम्ही कुठलेही असाल, याचं काय करणार ? हिरामन त्याच्या हुशारीवर हसला. पडदे काढले तरी पाठीत गुदगुल्या होतात.

हिरामन पडद्या आडून पहातो. हिराबाई माचीसच्या डब्बी इतक्या आकाराच्या आरशात तिचे दात पहात आहे. ...मदनपूरच्या जत्रेत हिरामनने एकदा बैलांना छोट्या छोट्या शंखाच्या माळा विकत आणल्या होत्या.

तेगछियाची तिन्ही झाडे दुरूनच दुरूनच दिसू लागले होते. हिरामनने पडदा जरा बाजूला करीत म्हटले, हे बघ तेगछिया. दोन झाडे जटामासी मोठी आणि काय नाव आहे त्या फुलाचे, तुमच्या शर्टावर जसे फुल छापल्या गेले आहे, फार खुलून दिसत आहे, दोन कोस दूरपर्यंत गंध दरवळतो आहे, त्या फुलांना खमिरास तंबाखूत टाकून पितात कोणी कोणी.'

आणि त्या अमराईच्या आडून अनेक घरं पहायला मिळतात, तिथे एखादे गाव आहे किंवा मंदीर ?'

हिरामनने बीडी पेटविण्याआधी विचारले, "बीडी ओढणार ? आपल्याला धूर चालेल का ? बीडीचं नाव आहे नामलगर. ज्या राजाच्या जत्रेतून आपण येत आहोत, तो राजा त्यांचाच आहे, वा रे जमाना !"

वा रे जमाना म्हणत विषय टाकला साखरेच्या पोत्यात. हिराबाईने टप्परच्या पडद्याला तिरपे खोचले.

म्हणाली, "कोणता जमाना ?" हनुवटीवर हात ठेवत आग्रह केला.

नामलगर बीडीचा काळ ! काय काळ होता आणि काय झाला !'

हिरामनला गप्पांचं रहस्य माहीत आहे. हीराबाई बोलली, तुम्हाला माहीत आहे तो काळ ?'

पाहिला नाही, ऐकला आहे. राज्य कसं धकलं, मोठीच विचित्र कहानी आहे. ऐकण्यात आले आहे की घरात देवताने जन्म घेतला आहे. बोला म्हणावं, देवता शेवटी देवता आहे. आहे की नाही ? इंद्रभवन सोडून मृत्यूभवनात जन्म झाल्यावर त्याचे तेज काय कमी असेल ! सूर्यफुलासारखे माथ्यावर आभा असते त्याच्या. परंतु डोळयांची वळणे, कोणी नाही ओळखले. एकदा उपलेनमध्ये लटणीच्या एअर ट्रेनमधून लाटसाहेब आले होते. लाटने नाही, शेवटी ओळखले लाटनीने. सूर्यासारखे तेज पाहून ती म्हणाली, हा माणूस राजा साहेब, ऐका, हा आदमीचा बच्चा नाही, देवता आहे.' हिरामनने लाटनीची नकल करताना फार गॅटमॅट केले. हिराबाई खूप हसली. हसताना तिचा सारा देह थरथरत आहे.

हिराबाईने तिची ओढणी ठीक केली. तेव्हा हिरामनला वाटले की... वाटले की...

मग ? त्यांनतर काय झालं मीता ?

इश्श ! कथा ऐकण्याची भारी हौस आहे वाटतं आपल्याला ?...परंतु, काळा माणूस, राजा काय महाराज झाला तरी, काळाच राहिल ना. साहेबासारखी अक्कल कुठे असेल त्याला ! हसून टाळलं सगळयांनी. तेव्हा देवता राणीच्या वारंवार स्वप्नात येऊ लागली. सेवा नाही करू शकत तर जाऊ दे, नाही, रहात तुझ्या इथे. त्यांनतर देवतांचा खेळ सुरू झाला. सर्वप्रथम दोन हत्ती मेले, नंतर घोडा, नंतर पटपटांग...'

पटपटांग काय आहे ?'

हिरामनचे मन क्षणाक्षणाला बदलू लागले आहे. त्याच्या मनात इंद्रधनुष्याचे बेरंगी रंग उधळू लागले आहेत. त्याला वाटत आहे...त्याच्या गाडीत स्वर्गातली अप्सरा विराजमान आहे. देवता शेवटी देवता आहे.

पटपटांग ! धन-दौलत, गुरे ढोरे सगळं साफ ! देवता गेले इंद्रासनला.'

मंदीराचा कळस दिसेनासा होताना पहात हिराबाईने दीर्घश्वास घेतला.

परंतु जाता जाता देवता म्हणाली, या राज्यात एक सोडून दोन पुत्र होणार नाहीत. धन आम्ही आमच्यासोबत घेऊन जात आहोत, गुण सोडून जात आहोत. देताच्या सोबत सगळे देव-देवी निघून गेल्या, फक्त सरस्वती माय राहिली. तिचेच मंदीर आहे.'

देशी घेड्यावर पाटाचे ओझे लादलेले बनिया येत असलेले पाहून हिरामनने टप्परचे पडदे खाली सोडले. बैलांना ललकारत विदेशी नृत्याचे वंदनागीत गाऊ लागला-

जै मैया सरोसती, अरजी करत बानी,

हमरा पर होखू सहाई हे मैया, हमरा पर होखू सहाई !'

ओझे लादलेल्या बनियाला हिरामनने विचारले, कोणत्या भावाने पटुआ विकत घेता महाजन ?'

लंगडे घोडेवाल्या बनियाने उत्तर दिले, सत्तावीस, अठ्ठावीस, कमी जास्त. जसा माल, तसा भाव."

तरूण व्यापाऱ्याने विचारले, जत्रा कशी काय चालू आहे, भाई ? कोणती नाटक कंपनी आली आहे, रौता कंपनी आहे की मथुरामोहन ?'

'जत्रेचं जत्रेलाच माहित.' हिरामनने पुन्हा छापुर-पचीराचे नाव घेतले.

सूर्य दोन बांबू वर आला होता. हिरामन आपल्या बैलासोबत बोलू लागला. एक कोस जमीन ! जरा दम मारून चालावे लागेल. पाणि पिण्याची वेळ झाली आहे, नाही का ? आठवतं, यावळी तेगछियाजवळ सर्कस कंपनीचे जोकर आणि नाचणाऱ्या बंदराचा मालक यांच्यात भांडण झाले होते. जोकर माकडासारखा बरोबर माकडासारखा किंचाळू लागला होता, माहीत नाही कोणत्या कोणत्या देशातून माणसं येतात !'

हिरामनने पुन्हा पडद्याआडून पाहिले, हिराबाई एका कागदाच्या तुकड्यावर नजर रोखून बसली आहे. हिरामनचे मन आज हलक्या सुरात गात आहे. त्याला वेगवेगळी गाणी आठवत आहेत. वीस पंचवीस वर्षापुर्वी बिदेसिया, बलवाही, छोकरा-नर्तक एक एक करून खेमटा गझल गात. आता तर, भोंपा मध्ये भोंपू करून कसली गीत गात आहेत हे लोक ! वा रे जमाना ! छोरा नृत्याची आठवण आली हिरामनला-

सजनवा बैरी हो ग य हमारो ! सजनवा..!

अरे, चिठिया हो ते सब कोई बांचे, चिठिया हो हो तो...

हाय ! करमवा, होय करमवा...' गाडीच्या बल्लीवर बोटांनी ठेका धरून मध्येच गीत थांबवले हिरामनने. छोकरा नृत्य करणाऱ्या मुलाचा चेहरा हिराबाईसारखाच होता...कुठे गेला तो काळ ?

गावात दर महिन्याला नर्तक येत असत. छोकरा नृत्य पहाण्यासाठी हिरामनने त्याच्या वहिनीचे किती बोलणे ऐकले होते. भावाने तर घरातून निघून जायला सांगितले होते.

आज सरस्वती हिरामनवर प्रसन्न आहे असं वाटतं, हिराबाई बोलली, "व्वा ! किती मधूर गाता तुम्ही !"

हिरामनचे तोंड लाल झाले. तो मान खाली घालून हसू लागला. आज तेगछिया या ठिकाणचे महावीर स्वामी देखील प्रसन्न आहेत हिरामनवर. तेगछियाच्या पुढे एकही गाडी नाही. नेहमी गाडी आणि गाडीवाले यांची गर्दी असते इकडे. फक्त एक साइकलवाला बसून आराम करीत आहे. महाविरांचे स्मरण करून हिरामनने गाडी थांबवली. हिराबाई पड्द्यातून बाहेर पाहू लागली. हिरामनने पहिल्यांदाच नजरेने संवाद साधला.

हिराबाईसोबत-साइकलवाला इकडेच पहात आहे टक लाऊन. बैलांना सोडण्यापुर्वी वेळूचा टेकू देवून गाडीला टेकवले. मग साइकलवाल्याकडे पुन्हा पुन्हा रोखून पहात विचारले, "कुठे जायचे आहे ? जत्रा ? कोठून आलास ? बिसनपरहून ? झालं, इतक्या अंतर सायकल चालवली आणि थकलास ? वा रे तरूण !"

साइकलवाला लुकडासा पोरगा लाजत काही बोलला आणि बीडी पेटवून उभा राहिला. हिरामन जगाच्या नजरेपासून लपवून ठेवू इछित आहे हिराबाईला. त्याने सगळीकडे नजर टाकली आणि पाहिले की कुठेच गाडी घोडी नाही.

कजरी नदीचा आटत चाललेला प्रवाह तेगछियाकडे येत पुर्वेकडे वळलेला. हिराबाई पाण्यात बसलेल्या म्हैशी आणि त्यांच्या पाठीवरच्या बगळ्याकडे पहात होती.

हिरामन बोलला, "जा, नदी घाटावर जाऊन हात-पाय धुवून या !"

हिराबाई गाडीतून खाली उतरली. हिरामनचे हृदय धडकले...नाही, नाही ! पाय सरळ आहेत, वाकडे नाहीत. परंतु तळवे इतके लाल का आहेत ? हिराबाई घाटाकडे गेली, गावच्या बायका पोरीसारखी मान खाली घालून. कोण म्हणेल की कंपनीत काम करणारी स्त्री आहे ! स्त्री नाही, मुलगी. कदाचित कुमारीच असेल.

हिरामन टेकून ठेवलेल्या गाडीवर बसला. त्याने गाडीत डोकावून पाहिले. एकदा इकडे तिकडे पाहून हिराबाई बसलेल्या जागेवर हात फिरवला. मग तकियावर कोपरे टेकून आडवा झाला. तिच्या शरीराचा गंध दरवळत होता तिथे. तकियावर पडलेले तिचे फुल उचलून त्याने ते नाकाला लावले, हाय रे हाय ! किती हा दरवळ ! हिरामनला वाटले, एकाच वेळा पाच चिलिम ओढून तो उठला आहे. हिराबाईच्या लहानशा आरशात त्याने तोंड पाहिले. तिचे डोळे इतके लाल का आहेत ? हिराबाई परत आल्यावर तो हसून बोलला, आता तुम्ही गाडीवर पहारा ठेवा मी आलोच.'

हिरामनने त्याच्या लटकवलेल्या पिशवीतून एक गंजी काढली. गमजा झटकून खांद्यावर टाकला आणि होता बकेट घेऊन निघाला. त्याच्या बैलाने एकामागून एकाने मान हालवून काहीतरी सांगण्याचा प्रयत्न केला. हिरामन जाताना फक्त इतकेच म्हणाला, "हो, हो, तहान तर सगळ्यांनाच लागली आहे. परत आल्यावर काहीतरी खायला देतो. खोडसाळपणा करू नका. !'

बैलाने कान हालवले.

हात-पाय धुवून हिरामन कधी आला ते हिराबाईला समजले नाही. कजरीचा प्रवाह पहाता पहात तिच्या डोळ्यात रात्रीची झोप परत आली होती. हिरामनने जवळच्या गावातून चहापाण्यासाठी काही सामान घेऊन आला होता.

"उठा, झोप घालावा, दोन घोट पाणी प्या !'

हिराबाई डोळे उघडून चकित झाली. एका हातात मातीच्या भांड्यात दही, केळीची पानं. दुसऱ्या हातात बादलीभर पाणी. डोळ्यात प्रेमाने भरलेला आग्रह.

"इतकं सामान कोठून आणलं ?'

या गावचे दही प्रसिद्ध आहे...विश्वास नसेल तर फारबिसगंजला गेल्यावर विचारा.'

हिरामनच्या शरीराला आलेली गुदगुदी कमी झाली. हिराबाई म्हणाली, "तुमच्यासाठी पान नाही टाकणार का ? तुम्ही खाणार नसाल तर उचलून ठेवा, तुम्ही खाणार नसाल तर मी पण नाही खाणार."

"इश्श ! हिरामन लाजून बोलला, बरं बरं तुम्ही खा आधी."

"आधी-नंतर का ? तुम्ही पण बसा."

हिरामनच्या जिवात जीव आला. हिराबाईने तिच्या हाताने त्याचे पान अंथरले. पाण्याचा सिडकावा दिला, इश्श ! धन्य झाले, धन्य झाले ! हिरामनने पाहिले. भगवती मैया भोजन करीत आहे. लाल ओठांवर गाईचे दही !...पहाडी पोपटाला दही भात खाताना पाहिले आहे ?

दिवस उतरनीला लागला होता.

गाडीत झोपलेल्या हिराबाईची आणि खाली बिछाना टाकून झोपलेल्या हिरामनची झोप एकाचवेळी उडाली...जत्रेत जाणाऱ्या गाड्या तेगछियाजवळ थांबल्या आहेत. मुलं काही बाही बोलत आहेत.

हिरामन धडपडत उठला. गाडीच्या आत डोकाऊन इशारा करीत म्हणाला, दिवस उतरनीला लागला आहे. बैलांना गाडीला जुंपताना त्याने गाडीवाल्यांना काहीही बोलला नाही. गाडी हाकत बोलला, "सिरपूर बाजाराच्या इसपिताळाची डागडरनी आहे. बिमारला पहायला जात आहोत. जवळच कुडमागाम.'

हिराबाई छत्तापूर-पचीराचे नाव विसरली. गाडी थोडी पुढे गेल्यावर त्याने हसून विचारले, 'पत्तापूर छपीरा ?'

हसता हसता हिरामनच्या पोटात वळ उठले, पत्तापुर-छपीरा ! हा हा. ते लोक दत्तपुर पचीराचे गाडीवान होते, त्यांना कसं सागणार ! ही ही ही !'

हिराबाई हसत गावाकडे पाहू लागली. रस्ता तेगछिया गावातून मधून जातो. गावातील मुलांनी पर्देवाली गाडी पाहिली आणि टाळ्या वाजवत वाजवत त्याच कंटाळवाण्या ओळी ऐकवल्या-

लाली-लाली डोलिया मे

लाली रे दुलहिनिया

पान खाए...!

हिरामन हसला....दुलहिनिया...लाली-लाली...डोलिया ! दुलहिनिया पान खाते, दुल्ह्याच्या पगडीला तोंड पुसते. ओ दुलहिनिया, तेगछिया गावच्या पोरांना लक्षात ठेव. परत येताना गुळाचे लाडू घेऊन ये. लाख वर्षे आयुष्य आहे तुझ्या दुल्ह्याला. किती दिवसाने धाडस केले आहे हिरामनने ! असे किती स्वप्नं पाहिले आहेत त्याने ! तो त्याच्या दुल्हनला घेऊन परत येत आहे. प्रत्येक गावची मुलं टाळया वाजवून गात आहेत. प्रत्येक अंगणातून बाया तिला डोकावून पहात आहेत. पुरूष विचारत आहेत, कुठली आहे गाडी, कुठे जाणार आहे ? त्याची दुल्हन डोलीचा परदा सरकून बाहेर पहाते आहे आणि असेच किती स्वप्नं...

गावाच्या बाहेर निघाल्यावर त्याने तिरप्या नजरने डोलीत पाहिले. हिराबाई कसला विचार करीत आहे, हिरामन देखील कसला विचार करीत आहे, थोड्या वेळाने गुणगुणाया लागला-

सजन रे झुठ मत बोलो, खुदा के पास जाना है ।

नही हाथी, नही घोडा, नही गाडी..

वहां पैदल ही जाना है । सजन रे...

हिराबाईने विचारले, क्यो मीता? तुमच्या बोलीभाषेत एखादे गीत नाही का?'

हिरामन आता न संकोचता हिराबाईच्या नजरेला नजर भिडवून बोलतो. कंपनीची स्त्रीच तशी असते? सर्कसची कंपनी मालकीन मॅम होती. परंतु हिराबाई! गावच्या बोलीभाषेत गाणे ऐकू इछित आहे. तो मुक्तपणे हसला. गावची भाषा तुम्ही समजावून सांगा?'

'हूं-ऊं-ऊं ! हिराबाईने मान हालवली. कानातली डूलं हलली.

हिरामन थोडावेळ बैलाना हाक मारत राहिला गुमान. मग बोलला, "गीत जरूर ऐका ? ऐकणार नाहीत ? इश्श ! इतकी आवड आहे गावचे गीत ऐकण्याची तुम्हाला! मग तर चाल सोडावी लागेल. चालू रस्त्याने कोण कसं गीत गाऊ शकेल !

हिरामनने डाव्या बैलाची दोर उजव्याला वाटेतून बाहेर काढले आणि म्हणाला, हरिपूरला नाही जाणार आता.'

गाडी वाट सोडून बाहेर गेल्यानंतर मागच्या गाडीवाल्याने हिरामनला ओरडून विचारले, का गाडीवान, रस्ता सोडून गाडीला असं बाजूला का घेतलं ?'

हिरामनने हवेत असूड फिरवत म्हटले, 'बाहेर कुठे आहे ? हा रस्ता ननकपूरला तर जात नाही, मग स्वतःशी पुटपुटला, या भागातल्या लोकांना हिच एक वाईट सवय

आहे. रस्ता मागे टाकताना शकडो चौकशा करतील. अरे बाबानो, तुम्हाला जायचे आहे, तर जा..गावाकडली भुतं !

ननकपूरचया रस्त्यावर गाडीला उभा करून हिरामनने बैलाची दोरी सैल केली. बैलाने डुलकी चाल सोडून हळूहळू चाल धरली.

हिराबाईने पाहिले, खरोखरच ननकपुरचा रस्ता अगदीच निर्मनुष्य आहे. हिरामनला तिच्या डोळ्यात काय चालले आहे ते समजत होते. 'घाबरण्याचं कारण नाही. हा रस्ता देखील फारबिसगंजला जाईल, त्या भागातले लोक चांगले आहेत. ...तासाभरात आपण पोहचू तिथे.'

हिराबाईला फारबिसगंजला जाण्याची फार घाई नाही आहे. हिरामनवर तिचा इतका विश्वास बसला आहे की भीतीचं काही कारणच उरलेलं नाही. मनात. हिरामनने आधी पोटभर हसून घेतलं. कोणत गीत गावं त्यानं ! हिराबाईला गीतांचा आणि कथेचा दोन्हीचा शौक आहे....इश्श ! महुआ घटवारिन ! तो म्हणाला, बरं, तुम्हाला इतका शौक आहेच तर ऐका महुआ घवारिनचे गीत. यात गीत पण आहे आणि कथा पण.'

...किती दिवसाने भगवती मातेने ही इच्छा पूर्ण केली होती. जय भगवती ! आज हिरामन त्याच्या मनाला खलास करील. तो हिराबाईच्या हसण्याकडे पहात राहिला.

ऐका ! आज देखील परमान नदीत महुआ घटवारिनचे अनेक जुने घाट आहेत. याच भागातील होती महुआ ! होती ती घटवारिनच, परंतु शंभर सतवंती पैकी एक होती. तिचा बाप दारू ताडी पिऊन रात्रंदिवस पडून असायचा. तिची सावत्र आई साक्षात राक्षणी होती ! फारच मोठी नजरबंद औरत. रात्री गांजा दारू अफीम चोरून किणाऱ्यापासून वेगवेगळ्या प्रकारच्या लोकांसोबत तिची ओळख. सगळ्यासोबत चांगले संबध. महआ कुमारी होती. परंतु काम करून करून तिची कुबड काढले तिच्या सावत्र आईने. तरूण झाल्यावर कुठेच लग्नाचा विषय छेडला नाही. एका रात्री काय झाले ऐका !'

हिरामनने हळू स्वरात गाऊन गळा साफ केला
'हे अ अ अ-सावना-भादवा के-र-उमडल नदीया
-गे-में-मै-यो-ओ-ओ,
मैयो गे रैनि भयावनि-हे ए-ए--ए
तडका-तडके-धडके करेज-आ आअ आ मोरा
कि हमहूं जे बार-नान्ही रे-ए-ए...'

ओ मा ! पावसाळ्याच्या दिवसात भरून आलेली नदी, भयानक रात्र, वीज चमकत आहेत, मी लहान सहान नाही, माझे काळीज धडकत आहे. एकटी कशी जाऊ घाटावर ? ते पण परदेशी पाहूण्याच्या पायांना तेल लाऊन द्यायला. सत मां ने तिचे बंजर कवाड बंद केले. आकशात ढगं दाटून आले आणि राहून राहून पाऊस पडू लागला. महुआ लागली रडायला, आपल्या आईची आठवण करून. आज तिची आई असती तर अशा वाईट दिवासात हृदयाशी कवटाळले असते महुआ बेटीला. अगं आई, या दिवसासाठी, हे दिवस दाखविण्यासाठी पोटात ठेवले होते ? महुआला तिच्या आईचा राग आला-का ती एकटी मेली, तिने तिला या दुर्देवासाठी जबाबदार धरलं.

हिरामनच्या लक्षात आलं, हिराबाई तकियावर कोपरे टेकवून गीतामध्ये तल्लीन होऊन एकटक त्याच्याकडे पहात आहे. ...हरवलेला चेहरा किती भोळा वाटतो !

हिरामनने गळ्यात कंपन पैदा केलं

'हूं-ऊं-ऊं-रे डाइनिया मैयो मोरी--ई ई,

नोनवा चटाई काहे नाहिं मारलि सौरी-घर-अ-अ.

एहि दिनवां खातिर छिनरो धिया

तेंहू पोसलि कि नेनू-दूध उगटन...

हिरामनने दम घेत विचारले, काही अर्थ लागतोय की गीतच ऐकताय नुसतं ?'

हिरा बोलली, "कळतोय ना. उगटन म्हणजे उबटन-जे अंगाला लावतात.'

हिरामन चकित होत म्हणाला, "इश्श !"

...म्हणून रडून पडून काही होत नसते ! व्यापाऱ्याने पूर्ण दाम दिला होता महुआचा. केसांना धरून नावेत बसवले. आणि नावाड्याला हुकूम दिला, नाव चालू करा, पाल बांधा ! पालवाली नाव चिमनीसारखी उडून गेली. रात्रभर महुआ रडली-पडली. व्यापाऱ्याच्या नोकराने तिला खूप घाबरविले धमकावले-शांत बस, नाहीतर, उचलून पाण्यात फेकून देईल. झालं, महुआच्या लक्षात आलं. पहाटेचा तारा ढगाआडून थोडा बाहेर आला, नंतर लपला. तिकडे महुआने पण छपाक करीत पाण्यात उडी घेतली. ....व्यापाऱ्याचा एक नोकर तिला पहाताच तिच्यार मोहित झाला होता, महुआच्या मागे त्याने पण उडी मारली. उलट्या प्रवाहात पोहणे गंमत नव्हती. ते पण भरलेल्या नदीत. महुआ अस्सल घटवारिनची लेक होती. मासा थकत असेल पाण्यात पण ती नाही ! सफरी माशाप्रमाणे पाण्याला चिरत निघाली होती पुढे पुढे आणि तिच्या मागे व्यापाऱ्याचा नोकर ओरडून ओरडून आवाज देत होता. 'महुआ जरा थांब, तुला पकडायला नाही आलो, तुझा सोबती आहे. जीवनभर सोबत राहू. परंतु...'

हिरामनचे फारच प्रिय गीत आहे हे. महुआ घटवारिन गाताना तिच्या समोर सावन भादोच्या नदीला पूर येतो, अमावस्येची रात्र आणि दाट ढगांत राहून राहून वीज चमकत आहे. त्या उजेडात पाण्याच्या लाटेसोबत लढणारी महुआची झलक पहायला मिळत होती. सफरी माशाची चाल अधिक गतिमान होते. तिला वाटते, तो स्वतःच व्यापाराचा नोकर आहे. ती त्याचं काही ऐकत नाही. प्रतिसाद देत नाही. मागे वळून पहात नाही. आणि तो थकला आहे, पोहता पोहता.

यावेळी असे वाटते की महुआने स्वतःला पकडू दिले. स्वतःच ताब्यात आली. त्याने महुआला स्पर्श केला, तिला धरले, तिचा थकवा दूर केला. पंधरा वीस वर्षे उलट प्रवाहात पोहताना तिच्या मनाला किनारा मिळाला आहे. आनंदाला अश्रूला थांब असं म्हणावं लागलं नाही.

त्याने हिराबाईपासून आपले ओले डोळे लपविण्याचा प्रयत्न केला. परंतु हिरा त्याच्या मनात बसून माहित नाही कधीपासून सगळं पहात होती. हिरामनने आपल्या थरथरत्या शब्दांना नियंत्रणात आणत बैलांना झिडकारत बोलला, 'या गीतामध्ये माहीत नाही काय आहे, ते ऐकताच दोघेही मंद चाल चालतात, वाटते की त्यांच्यावार शंभर किलोचे ओझे लादले आहे.'

हिराबाई दीर्घ श्वास घेते. हिरामनच्या अंगा अंगात उत्साह भरल्या जातो.

तू तर उस्ताद आहेस मीता !'

''इश्श !'

आश्विन-कार्तीकचा सूर्यादय दोन बांबू असतानाच मावळायला निघतो. दिवस मावळण्याआधीच ननपुरला जायचे आहे, हिरामन आपल्या बैलाना समजावतो, ''पाय उचलून आणि धीर धरून चलो,...ए...छि...छि ! सर्जा-राजा ! हे हे- हे- हे- हे-य!'

ननकपूरपर्यंत तो आपल्या बैलाना पुकरात राहिला. पुकारण्यापुर्वी बैलाना तो मागची आठवण करून द्यायचा-माहीत नाही, चौधरीच्या मुलीच्या लग्नात किती गाड्या होत्या, आपण कसे सर्वांच्या पुढे होतो ! हां, तशी चाल धरा. ह्या ह्या ह्या ! ननकपुरपासून फारबिसगंज तीन कोस ! आणखी दोन तास !'

ननकपुरच्या घाटावर आजकल चाय सुद्धा मिळत आहे. हिरामन त्याच्याकडील लोट्यात चहा घेऊन आला. ...कंपनीची स्त्री माहित आहे त्याला, तासा तासाला चहा पितात त्या. चहा आहे की जीव !

हिरा हसून हसून लोटपोट झाली आहे, अरे, तुला कोणी सांगितले की कुंवाऱ्या मुलीने चहा प्याचा नसतो म्हणून ?'

हिरामन वरमला. काय बोलली ती ?...शरमेची बाब. परंतु त्याची ही शिक्षा त्याला मिळाली होती. सर्कस कंपनीच्या मॅमच्या हातचा चहा त्याने पिला आहे. गरम आणि कडक !

"प्या गुरूजी ! हिरा हसली !"

"इश्श !'

नननकपुरच्या घटावरच दिवा बत्ती पेटली होती. हिरामनने त्याच्याकडील कंदील पेटवून मागे लटकवला होता. आजकाल शहरापासून पाच कोस दूरचे गावकरी सुद्धा स्वतःला शहरी समजू लागले आहेत. कंदील नसलेल्या गाडीला पकडून दंड वसूल करतात. बारा भानगडी !

'तुम्ही मला गुरूजी म्हणू नका.'

'तुम्ही माझे गुरूजी आहात. आमच्या शास्त्रात लिहिले आहे, एक चांगला शिकवणारा सुद्धा गुरू आणि एक गीत शिकवणारा सुद्धा उस्ताद !'

"इश्श ! शास्त्र-पुराण पण माहित आहे ! ...मी काय शिकवलं ? मी काय...?

हिरामन आश्चर्याने जणू बहिरा मुका झाला. ...बस इतकेच ! इतक्या तीव्र भावना ! अगदीच त्या महुआ घटवारिन सारख्या.

गाडी सीताधरच्या कोरड्या प्रवाहात उतरल्यावर गडगड करीत खाली गेली. हिराबाईने हिरामनचा खांदा धरला होता हाताने. बराच वेळ हिरामनच्या खांद्यावर तिची बोटं होती. हिरामनने वळून तिच्या बोटाकडे पहाण्याचा प्रयत्न केला, अनेकदा. गाडी चढाला लागली तर हिराची सैल बोटं पुन्हा घट्ट झाली.

समोर फारबिसगंज शहराचा उजेड दिसतो आहे.

शहरापासून थोड्या अंतरावर जत्रेचा उजेड. ...ओल्या डोळयांनी प्रत्येक उजेड सूर्यफुलाच्या उजेडासारखा भासत आहे.

फारबिसगंज तर हिरामनसाठी घर-अंगण आहे.

माहीत नाही किती वेळा तो फारबिसगंजला आला आहे. जत्रेतले ओझे वाहून नेले आहे. एखाद्या स्त्रीसोबत ? हां, एकदा. त्याची वहिनी ज्या वर्षी आली होती गौना गावात. अशीच गाडीभोवती ताडपत्री लावून निवारा तयार करण्यात आला होता.

हिरामन त्याच्या गाडीला ताडपत्रीने घेरत आहे, पट्टीतील गाडीवाला. सकाळ होताच रौता नाटक कंपनीत हिराबाई मॅनेजरसोबत बोलून कलाकार म्हणून भरती होईल. परवा जत्रा सुरू होत आहे. यावेळी जत्रेत पानखटी भरपूर असते. ...फक्त एक रात्र ती हिरामनच्या गाडीत असणार आहे. हिरामनच्या गाडीत नाही, तर घरी !

गाडी कुठे आहे ? ...कोण, हिरामन ! कोणत्या जत्रेतून ? कसले आझे आहे ? गावातील हातगाडीवाले एकमेकांना शोधून आजूबाजुला गाड्या उभ्या करतात. आपल्या गावातील लालमोहर धुन्नीराम आणि पलटदास इत्यादी गाडीवाल्यांना पाहून हिरामनला आश्चर्य वाटले. पलटदास तिकडे गाडीत डोकवला तर त्याला राग आला. जणू वाघ नजरेस पडला. हिरामन हातवारे करून चुप ! मग गाडीच्या दिशेने कुजबुजत, ती नाटक कंपनीतली स्त्री आहे, कलाकार आहे, असे सांगून सगळ्यांना चुप केले.

कंपनीची ई ई ई ई !'

'? ? ...? ?...!'

एक नाही, आता चार हिरामन ! चौघांनीही आश्चर्याने एकमेकाकडे पाहिले. कंपनीचे नाव किती महत्त्वाचे आहे ? हिरामनने निशाणा साधला. तिघे एकदम दंग झाले. लालमोहरने थोंड दूर सरकून सांगण्याची इच्छा व्यक्त केली, हातवारे करीतच. हिरामनने गाडीकडे तोंड करीत म्हटले, एकही हॉटेल उघडले नसेल, मिठाईवाल्याकडून केक घेऊन येऊ !'

''हिरामन, जरा ऐका,...मी काही खाणार नाही. जा तुम्ही खाऊन या. ''

''काय आहे, पैसा ? इश्श !' ...पैसा देऊन हिरामनने फारबिसगंजमध्ये कधी कच्चे अथवा शिजवलेले खाल्ले नाही. त्याच्या गावचे इतके गाडीवाले आहेत, त्यांचा काय फायदा मग ? तो पैशाला हात लाऊ शकत नाही. त्याने हिराबाईला सांगितले, विनाकारण जत्रेत वाद विवाद नको आहेत. पैसा ठेवा, संधी मिळताच लालमरोहर देखील गाडीजवळ आला. त्याने सलाम करीत म्हटले, दोन लोक चार माणंसांचा भात आनंदाने खाऊ शकतात. बासा भाताने झाकलेला असतो. हे हे हे ! आपण एकाच गावचे आहोत. गौणा-गिरामिन रहात असताना हिरामन हॉटेल आणि मिठाईच्या दुकानातले खाईल ? हिरामनने लालमोहरचा हात धरला, फालतू बोलू नको.' गाडीपासून चार हात दूर जाताना धुन्नीरामने बडबड करीत मन मोकळं केलं. इश्श ! तू पण भारीच आहेस हिरामन ! त्या वर्षी कंपनीचा वाघ, यावर्षी कंपनीची स्त्री !''

हिरामन दबक्या आवाजात म्हणाला, बाबा रे, हि आपल्या भागातली स्त्री नाही की कसलं कसलं ऐकून घेतल्यावरही शांत राहिल, एक तर ती पाश्चिमात्य स्त्री, त्यात कंपनीची !'

धुन्नीरामने त्याची शंका व्यक्त केली, परंतु कंपनीत तर ऐकण्यात आलय पतुरिया रहातात.

''धत !' सगळयानी एकत्रच त्याचे मत धुडकाऊन लावले, कसा माणूस आहे ! पतुरिया कशाला राहील कंपनीत ! पहा याचं डोकं. ऐकलय, पहिलं नाही कधी !'

धुन्नीरामने त्याची चूक मान्य केली. पलटदासला एक गोष्ट आठवली, हिरामन भाई, स्त्री जात एकटी राहील गाडीत ? काहीही असो, स्त्री शेवटी स्त्री आहे. कशाची गरज पण पडू शकते !'

ही गोष्ट सगळ्यांना बरी वाटली. हिरामन म्हणाला, गोष्ट तर ठीकच आहे. पलट, तू परत जा, गाडीच्या जवळच रहा. आणि पहा, गप्पा टप्पा जरा सावधपण करा. हां !'

हिरामनच्या देहातून अत्तर-गुलाबाचा गंध येतो. हिरामन करमसांड आहे. त्यावेळी महिन्यापर्यंत त्याच्या देहातून वाघाचा गंध गेला नाही. लालमोहरने हिरामनच्या गमजाचा वास घेतला 'ए-हं !'

हिरामन चालताना थांबला, काय करावं लालमोहर भाई, थोडं सांगा तरी ! फारच हट्ट आहे तिचा, म्हणते, नाटक पाहूनच जावे लागेल.'

'फुकटात नाही ?'

आणि गावात नाही पोहचणार ही बातमी ?'

हिरामन बोलला, नाही जी ! एक रात्र नाटक पाहून आयुष्यभर कोण टोमणे ऐकेल ? ...देशी कोंबडी विलायती चाल !'

धुन्नीरामने विचारले, फुकटात पाहिल्यावरही तुझी वहिनी ऐकून घेतील ?'

लालमोहरच्या बगलेत, एक लाकडाचे ओझे वाहून आणलेल्या गाडीवानाचा बासा आहे. बासाचे मीर-गाडीवासन मियांजान बुढ्याने सफरी गुडगुडी ओढत विचारले, काय भाई, मीनाबाजाराचे ओझे घेऊन कोण आले आहे ? मीनाबाजार ! मीनाबाजार तर पतुरिया-पट्टीला म्हणतात....काय बोलतोय हा म्हतारा मियां ? लालमोहरने हिरामनच्या कानात कुजबुजत म्हटले, 'तुझ्या देहातून गंध बाहेर पडतो. खरं !'

लहसनवां लालमोहरचा नोकर गाडीवान आहे. पहिल्यांदा आला आहे तर काय ? बाबू-बबुआइनोंकडे त्याने लहानपणी नोकरी केली आहे. तो राहून राहून वातावरणात कशाचातरी वास घेतो, नाक वाकडे करून. हिरामनने पाहिले, लहसनवांचा चेहरा खुलला. कोण येत आहे धडधड करीत ? कोण, पलटदास ? काय आहे ?'

पलटदास येऊन उभा राहिला गुपचुप. त्याचा चेहरा पण खुलला होता. हिरामनने विचारले, "काय झाले ? बोलत का नाहीस ?'

पलटदासला काय उत्तर द्यावं ! हिरामनमने त्याला चेतावनी दिली होती, गप्पा टप्पा सावधपणे कराव्यात. तो गुपचुप गाडीच्या जोत्यावर जाऊन बसला, हिरामनच्या जागी. हिराबाईने विचारले, तुम्ही पण हिरामन सोबत आहात ? पलटदासने मानेने होकार दिला. हिराबाई आडवी झाली. ...चेहरा मोहरा आणि बोलण्याचा ढंग पाहून पलटदास तर खलासच

झाला, माहीत नाही का. हां ! रामलीलात सिया सुकुमारी अशीच थकून आडवी झालेली होती. जय ! सियावंर रामचंद्र की ! ...पलटदासच्या मनात जयजयकार होऊ लागला. तो वैष्णव दास आहे, कीर्तनिया आहे. थकलेल्या सीता महाराणीचे चरण स्पर्श करण्याची इच्छा व्यक्त केली त्याने, हाताच्या बोटाच्या इशाऱ्याने, जणू हार्मोनियावर बोटं चालवित होता. हिराबाई दचकून उठली, अरे, पागल आहात काय? जा पळा या ठिकाणाहून!'

पलटदासला वाटले, रागावलेल्या कंपनीच्या स्त्रीच्या डोळयातून ठिणग्या पडत आहेत. '.......' तो पळाला.

पलटदास काय बोलणार ! तो तर जत्रेतून पळून जाण्याच्या बेतात आहे, म्हणाला, काही नाही, मला एक व्यापारी मिळाला आहे, आता ठेसनाला जाऊन माल टाकायचा आहे. भात शिजायला अजून वेळ आहे. मी तोपर्यंत परत आलो.

खाताना धुन्नीराम आणि लहसनवांने पलटदासवर भरपूर टीका केली. गरीब माणूस आहे. हरामखोर आहे. पैशा-पैशाचा हिशोब ठेवतो. खाणं-पिणं झाल्यावर लालमोहरच्या दलाने त्याचा बासा मोडला. धुन्नी आणि लहसनवां गाडी जुंपून हिरामनच्या बासावर गेले. गाडीची वाट धरून हिरामनने चालता चालता थांबून, लालमोहरला म्हटले, जरा माझ्या या खांद्याचा वास तर घे ?'

लालमोहरने खांद्याचा वास घेऊन डोळे बंद केले. तोंडातून अस्पष्ट शब्द निघाले. 'ए-हं !'

हिरामन म्हणाला, "जरासा हात ठेवल्याने इतका गंध."

"....समजलं !" लालमोहरने हिरामनचा हात धरला.

खांद्यावर हात ठेवला होता, खरंच ?'

"...हिरामन ऐक. नाटक पहाण्याची अशी संधी पुन्हा कधी मिळणार नाही. हां !'

'तू नाही पहाणार ? लालमोहरचे सगळे दात चौकातील उजेडात आणखीनच उजळून दिसायला लागले.

बासावर पोहचल्यावर हिरामनने पाहिले, गाडीजवळ उभा राहून कोणी सांगत होतं, हिरामनला. धुन्नी आणि लहसनवांने एकाचवेळी म्हटले, मागे कुठे राहिलात ? कंपनी बऱ्याच वेळापासून शोधत आहे...!'

हिरामनने गाडीजवळ जाऊन पाहिले, अरे, हा तर तोच खोके वाहून नेणारा नोकर आहे, जो चंपानगर जत्रेतून हिराबाईला गाडीत बसवून अंधारात गायब झाला होता.

'आलास हिरामन ! चांगली गोष्ट आहे, इकडे ये. ...हे घे तुझे भाडे आणि ही तुझी दक्षिणा ! पंचवीस-पंचवीस-पन्नास.'

हिरामनला वाटलं, कोणी त्याला जणू ढगातूनच ढकलूनच दिले आहे. कोणी कशाला, त्या खोके वाहून नेणाऱ्या व्यक्तीने. कोठून आलाय ? त्याच्या ओठावर आलेलं त्याच्या ओठावरच राहिले. "...इश्श ! दक्षिणा !" तो गुपचुप उभा राहिला.

हिराबाई बोलली, 'घे आणि ऐक, उद्या सकाळी रौता कपंनीत येऊन मला भेट पास बवनू देईल. ... बोलत का नाही ?"

लालमोहरने म्हटले, "इनाम-बक्षिस देत आहे मालकीन, घे हिरामन ! हिरामनने वळून लालमोहरकडे पाहिले. ...बोलण्याची थोडी पण अक्कल नाही या लालमोहरला.

धुन्नीरामची स्वगतोभक्ती सगळ्यांनी ऐकली, हिराबाईने पण, "गाडी-बैल सोडून नाटक कसं पाहू, जत्रेत ?"

हिरामनने पैसे घेत म्हटले, काय बोलणार ! त्याने हसण्याचा प्रयत्न केला.

कंपनीची स्त्री कंपनीत जात आहे. हिरामनचे काय ! खोके वाहून नेणारा मुलगा रस्ता दाखवत म्हणाला, इकडून." हिराबाई जाता जाता थांबली. हिरामनच्या बैलाना उद्देशून बोलली, "बरं, मी चालले भैया.'

बैलाने 'भैया' या शब्दावर मान हालवली.

' ? ? ...!'

'भा-इ-यो, आज रात्री ! द रौता कंपनीच्या स्टेजवर ! गुलबदन पहा, गुलबदन ! आपल्या हि गोष्ट ऐकून आनंद होईल की मथुरामोहन कंपनीची प्रसिद्ध अभिनेत्री मिस हिरादेवी, जिच्या एका एका अदावर हजारो हृदय कुर्बान आहेत, यावेळी कंपनीत आली आहे. लक्षात ठेवा. आजची रात्र. मिस हिराबाई गुलबदन...!

नाटकवाल्यांच्या या घोषणेने जत्रेत तिकीट विक्रित वाढ होत आहे. ...हिराबाई ? मिस हिराबाई ? गुलबदन...? चित्रपट अभिनेत्रीवर मात करील अशी.

तेरी बांकी अदा पर मैं खूद हूं फिदा,

तेरी चाहत को दिलबर बयां क्या करूं !

यही ख्वाहिश है कि इ-इ-इ तू मुझको देखा करे

और दिलोजान मैं तुमको देखा करूं ।

...किर्र-र..र ...र ...कडडडडडडर्र-ई-घन-घन-धडाम ।

प्रत्येक जत्रेतल्या मनुष्याचे हृदय नाचू लागले आहे. लालमोहर धावत पळत बासावर आला, ऐ ऐ हिरामन, इथे काय बसलास, चल आणि पहा जय जयजकार होत आहे, मय गाजा बाजा, छापी फहराम बरोबरच हिराबाईचा जय जयजयकार करीत आहेत.'

हिरामन खडबडून जागी झाला. लहसनवां म्हणाला, धुन्नी काका, तू बासावर आहेस, मी पण पाहायला येऊ.'

धुन्नीचं कोण ऐकतोय. तिघेजण नाटक कंपनीच्या एलानिया पार्टीच्या मागे मागे चालू लागले. प्रत्येक कोपऱ्यावर थांबून बाजा बदं करून घोषणा केली जाणार आहे. प्रत्येक घोषणेवर हिरामन रोमांचित होत आहे. हिराबाईचे नाव, नावासोबतच अदा फिदा वगैरे ऐकून त्याने लालमोहरची पाठ थोपटवली, धन्य आहे, धन्य आहे ! आहे की नाही ?"

लालमोहरने म्हटले, "आता बोला ! आता पण नाटक नाही पहाणार सकाळपासून धुन्नीराम आणि लालमोहर समजून सांगत होते, समजावून थकले होते, 'कंपनीत जाऊन भेटून ये. जाता जाता पुरसिस करून गेली आहे.' परंतु हिरामनचे एक, 'धत्, कोण जाईल भेटायला ! कंपनीची स्त्री कंपनीत गेली. आता तिचं काय देणं घेणं ! ओळख पण दाखवणार नाही !"

तो मनातली मनात रूसला होता. घोषणा ऐकल्यानंतर त्याने लालमोहरला म्हटले, आवश्य पहायला हवं, काय लालमोहर ?'

दोघे आपसात चर्चा करीत रौता कंपनीकडे गेले. तिकिट घराजवळ गेल्यावर हिरामनने लालमोहरला इशारा केला, विचारपूस करण्याचे ओझे लालमोहरच्या खांद्यावर. लालमोहर कसं बोलयचं ते जाणतो.. लालमोहरने एका कोटवाल्याला विचारले, बाबू साहेब, ऐका तर !'

काळ्या कोटवाला नाक वर करून खेकसला, काय आहे ? इकडे काय आहे ?'

लालमोहरची निडर बोली गडबडली, त्याचा आवतार पाहून बोलला, गुलगुल ...नाही नाही ...बुलबुल...नाही...'

हिरामने तात्काळ हस्तक्षेप केला, हिरादेवी कुठे असते, सांगू शकता ?'

त्या मनुष्याचे डोळे लाल झाले. समोर असलेल्या नेपाळी गोरखाला बोलावून सांगितले, या लोकांना का आत येऊ दिले ?'

हिरामन !...तो मधाळ आवाज कोठून आला ? पडदा बाजूला करीत हिराबाईने हाक मारली, इकडे या, आत ! ...पहा, बहादुर ! याला ओळख. हा माझा हिरामन आहे. समजलं ?'

नेपाळी गोरखा हिरामनकडे पाहून थोडा हसला आणि निघून गेला. काळ्या कोटवाल्याला जाऊन म्हटले, हिराबाईचा माणूस आहे. रोखू नका असे सांगतिले आहे.!

लालमोहर नेपाळी गोरखासाठी पान घेऊन आला, हे तुमच्यासाठी !'

"इश्श ! एक नाही, पाच पास. चारही विडे ! म्हणाली, जोपर्यंत जत्रेत आहेस, सगळ्यासाठी पास घेऊन जा. कंपनीच्या स्त्रीची गोष्ट वेगळी आहे, आहे की नाही ?

लालमोहरने लाल कागदाचे तुकड्याला स्पर्श करून पाहिले, 'पा-स ! वा रे हिरामन भाई ! ...परंतु पाच पास घेऊन काय करायचं ? पलटदास तर परतही आला नाही अजून."

हिरामन म्हणाला, 'जाऊ द्या बिचाऱ्याला. नशीबातच नव्हतं. ...हां, आधी गुरूंची शपथ घ्यावी लागेल सगळ्यांना की ही गोष्ट गावातल्या एका पाखरालाही अजिबात समजली नाही पाहिजे.'

लालमोहर उत्साहीत होत म्हणाला, कोण सांगणार साला, गावात जाऊन ? पलटदासने बदनामी केली तर त्याला पुन्हा सोबत नाही आणायचं.'

हिरामनने त्याची थैली आज हिराबाईच्या जबाबदारीवर ठेवली आहे. जत्रेचं काय खरंय ! कसले कसले पाकिटमार लोक दरवर्षी येतात. आपल्या सोबतच्या लोकांचा पण काय भरोसा ! हिराबाईने मान्य केलं. हिरामनच्या कपड्याच्या काळ्या थैलीला तिने कातडी पिशवीत भरले. खोक्याच्या वरही कपड्याचा खोल आणि आतमध्येही रेशमी अस्तर ! मनातली संगळी शंका दूर झाली.

लालमोहर आणि धुन्नीरामने मिळून हिरामनच्या बुद्धिचे कौतूक केले, त्याला वारंवार नशीबवान ठरवल्या गेले. त्याच्या भाऊ आणि वहिनीवर टीका करण्यात आली, हळू आवाजात. हिरामन सारखा हिरा मिळाला आहे म्हणून ! दुसरा कोणी भाऊ असता तर....

लहसनवांचे तोंड पडलेले आहे. घोषणा ऐकता ऐकता कुठे गेला माहीत नाही, तासाभरानंतरच आला आहे सांज झाल्यावर. लालमोहरने मालक असल्याची भडास काढली आहे, एक शिवी देऊन, 'बावळट कुठला.'

धुन्नीरामने चुलीवर खिचडी ठेवत म्हटले, आधी हे ठरवा की गाडीजवळ कोण थांबणार आहे !'

"कोण रहाणार, हा लहसनवां कुठे जाणार आहे ?' लहसनवां लागला रडायला, ऐ-ए-ए मालक, हात जोडतो. एक झलक, फक्त एक झलक !"

हिरामनने उदारतापूर्ण म्हटले, बरं बरं एक झलक का, चांगले एक तास पहा, मी येईल.'

नाटक सुरू होण्याच्या आधीच दोन तास नगाडा वाजायला सुरूवात होते आणि नगाडा वाजू लागताच लोक पंतगाप्रमाणे झेपावतात. तिकिटघराजवळ गर्दी पाहून हिरामनला फार हसू आलं, "लालमोहर पहा तिकडे, कशी धक्काबुक्की करीत आहेत लोक!"

'हिरामन भाई !'

कोण पलटदास ! कुठे गेला होता ओझे घेऊन ? लालमोहरने परक्या गावचे असल्याप्रमाणे विचारले.

पलटदासने हातावर हात चोळत माफी मागितली, चुक झाली, काय शिक्षा द्यायची असेल तर दे, मान्य आहे. परंतु खरी गोष्ट ही आहे की सिया सुकुमारी...'

हिरामनचे मन नगाड्यासोबतच नाचू लागले आहे. म्हणाला, हे पहा पलटा, असे समजू नको की ती कोणी प्रत्येक घरासाठी स्त्री आहे. पहा, तुला पण पास दिला आहे, पास घेऊन जा तुझा, नाटक पहा."

लालमोहरने म्हटले, "परंतु एका अटीवर पास मिळेल. मध्ये मध्ये लहसनवा देखील...'

पलटदासला काही सांगण्याची गरज नाही. तो लहसनवां सोबत बोलून आला आहे आता.

लालमोहरने दुसरी अट समोर ठेवली, गावात जर हि गोष्ट कशीही जरी समजली...!'

"राम-राम !' दातात जिभ धरत पलटदास म्हणाला.

पलटदासने सांगितले, आठ आण्याचे फाटक इकडे आहे !' फाटकवर उभे असलेल्या पहारेकऱ्यानं त्याच्या हातातील पास पाहून त्यांच्या चेहऱ्याकडे बारी बारीने पाहिले, म्हणाला, हा तर पास आहे. कुठे मिळाला ?"

आता लालमोहरची बोली भाषा कोणी ऐकावी ! त्याचा आवतार पाहून पहारेकरी घाबरला, कुठे मिळणार ? आपल्या कंपनीला जाऊन विचारा. चारच नाही, आणखी एक आहे.' खिशातून पाचवा पास काढून दाखवला लालमोहरने.

एक रुपायावाल्या फाटकावर नेपाळी पहारेदार उभा होता. हिरामनने ओरडून म्हटले, एक सिपाई दाजू, सकाळी ओळख दिली आणि आता विसरलास ?'

नेपाळी सिपाही बोलला, हिराबाईची माणंस आहेत सगळी. पास आहे तर मग कशाला आडवतोस ?'

आठ आणे देणारे प्रेक्षक !

तिघानी नाटकाच्या आतील मंडपाला पहिल्यांदाच पाहिले. समोर खुर्ची -बेंचवाले प्रेक्षक आहेत.

पडद्यावर राम वनवासाला जातात असे चित्र आहे. पलटदासने ओळखले. त्याने हात जोडून नमस्कार केला, पडद्यावर चित्रित रामसिया सुकुमारी आणि लक्षमनला. 'जय हो, जय हो ! पलटदासचे डोळे भरून आले.

हिरामन म्हणाला, लालमोहर, प्रेक्षक सगळे उभे आहेत की चालत आहेत ?'

लालमोहर त्याच्या आसपाच्या लोकासोबत ओळख करून बसला आहे. तो म्हणाला, खेळ अद्याप पडद्यामागेच आहेत. अजून घोषणा दिल्या जात आहेत, लोकांना गोळा करण्यासाठी.'

पलटदासला ढोल वाजवायला जमतो, म्हणून नगाड्या तालावर मान हालवतो आहे आणि हाताच्या बोटाने ताल धरतो आहे. बीडीची देवाण घेवाण करून हिरामनने पण एक दुसऱ्यासोबत ओळख करून घेतली आहे. लालमोहरच्या ओळखीच्या व्यक्तीने चादर ओढून घेत म्हटले, नृत्य सुरू होण्यास अद्याप विलंब आहे, तोपर्यंत एक डुलकी घेऊ या. ...सगळ्यात चांगली जागा म्हणजे आठ आणे दिलेली जागा. सर्वांत मागे आणि उंच ठिकाण. जमीनीवर गरम बिछाना ! हे हे ! खुर्चीवर बसलेले या थंडीच्या दिवसात नाटक पहाणारे लगेच घुच घुच करीत उठतील चहा पिण्यासाठी.'

या व्यक्तीने त्याच्या सोबत्याला सांगितले, नाटक सुरू झाल्यावर जागा दे. नाही नाही, नाटक सुरू झाल्यावर नाही, हिरा ज्यावेळी स्टेजवर येईल, मला जागे कर."

हिरामनच्या काळजाला जरा बरं वाटलं. ...हिरा ! मोठाच चावट माणूस दिसतोय. त्याने नजरेच्या इशाऱ्यानेच व्यक्त केले. "या माणसाला सांगण्याची गरज नाही."

घन-घन-घन-धडाम ! पडदा वर गेला. हे-ए-हे-ए, हिराबाई सुरूवातीलाच स्टेजवर आली ! मंडप खचाखच भरेलेला आहे. हिरामनला आश्चर्य वाटले. लालमाहेरला माहीत नाही असं का हसू येऊ लागलं आहे. हिराबाईच्या प्रत्येक वाक्यावर तो हसतो आहे, विनाकारण...

गुलबदन दरबार चालू करून बसली आहे. घोषणा करीत आहे, जो व्यक्ती सिंहासन बनवून देईल, मागेल ती किमंत बक्षिस म्हणून मिळेल. ...अहो, आहे कोण असा कलाकार, तर व्हा तयार, बनवून आणा सिंहासन-आ ! किडकिड-किर्र-! काय नाचतेय, काय गळा आहे !

माहीत आहे, हा व्यक्ती म्हणतोय की हिराबाई पान-बीडी, सिगारेट-जर्दा काही खात नाही !'

बरोबर बोलतेय. फारच नैतिक रंडी आहे."

"कोण म्हतोय की रंडी आहे !'

"दाताला मिस्त्री कुठे आहे."

"पाऊडरने दात साफ करीत असेल.'

"अजिबात नाही."

"कोण आहे तो, काही बाही बोलतो, ! कंपनीच्या स्त्रीला रंडी बोलतो !'

"तुला वाईट वाटण्याचं कारण ? कोण आहे रंडी भडव्या ? मारा साल्याला ! मारा! तुझी तर..."

"हो-हल्ल्यामध्ये हिरामनचा आवाज मंडपामध्ये ऐकू येऊ लागला आहे, या, एका एकाचे डाके उडवतो."

लालमोहर दुलालीकडून मार खात आहे समोरच्या लोकांचा. पलटदास एका व्यक्तीच्या छाताडावर बसला आहे. 'साला, सिया, सुकुमारीला शिव्या देतोस, ते पण मुसलमान असून ?'

धुन्नीराम सुरूवातीपासूनच गप्प होता. मारहाण सुरू होताच तो मंडपातून बाहेर पळाला.

काळ्या कोटाचे नेपाळी पहारेदार एकदम धावत आले. पहारेदारने हंटरने मारायला सुरूवात केली. हंटरचा मार खाऊन लालमोहर बोंबलायला लागला. बोली भाषेत भाषण देऊ लागला. 'दरोगा साहेब, मारता, मारा. काही हरकत नाही. परंतु हा पास पाहून घ्या, आणखी एक पास पाकेटात देखील आहे. पाहू शकता हुजूर. तिकिट नाही, पास ! ...तर मग कोणी जर कंपनीच्या स्त्रीबद्दल वाईट बोलत असेल तर ते कसं ऐकून घेणार ?"

कंपनी मॅनेजरच्या सगळी भानगड लक्षात आली. त्याने दरोगाला समजावलं, हुजूर, आलं माझ्या लक्षात. हा सगळा घोळ मथुरामोहन कंपनीवाल्याने केला आहे. नाटकात भांडण सुरू करून कंपनीला बदनाम..."

'नाही हुजूर, या लोकांना सोडून द्या, हिराबाईची माणसं आहेत. बिचाऱ्याचा जीव धोक्यात आहे. हुजूरला सांगितले होते ना !'

हिराबाईचे नाव घेताच दरोगाने तिघांना सोडून दिले. परंतु तिघाचा दर्जा हिसकावून घेतला, त्याना कमी दर्जाच्या खुर्चीवर बसवले. बसा तुम्ही इथे. पान पाठवतो. मंडपात शांतता पसरली आणि हिराबाई स्टेजवर आली.

नगाडा पुन्हा वाजायला लागला.

थोड्या वेळाने अचानक तिघांनाही धुन्नीरामची आठवण आली, 'अरे, धुन्नीराम कुठे गेला ?'

"मालक, ओ मालक !' लहसनवां मंडपाच्या बाहेर उभा राहून ओरडत आहे, ओ लालमोहर मा-ल-क..!'

लालमोहरने ताला सुरात उत्तर दिलं, इकडे, इकडे !" तिकिटाच्या फाटकाकडे" सर्व प्रेक्षकांनी लालमोहरकडे वळून पाहिले. लहसनवांला नेपाळी सिपाई लालमोहरच्या जवळ घेऊन गेला. लालमोहरने खिशातला पास काढून दाखवला. लहसनवांने येताच विचारले, 'मालक, कोण होता आणि काय बोलत होता ? सांगा तर जरा. चेहरा दाखवा, तिची एक झलक !"

लोकांनी लहसनवांची रूंद आणि सपाट छाती पाहिली. थंडीच्या दिवसातही अंगावर काही नाही ! ...चेले-चाटी सोबत आहेत ही माणसं !

लालमोहरने लहसनवांला शांत केले.

तिन चार लोकानाच काही विचारू नका, नाटकात काय पाहिले. कथा कशी लक्षात राहिली ! हिरामनला वाटत होतं, हिराबाई सुरूवातीपासूनच त्याच्याकडे टक लावून पहात आहे, गात आहे, नाचत आहे. लालमोहरला वाटत होतं, हिराबाई त्याच्याकडेच पहात आहे. त्याच्या लक्षात आलं, हिरामनपेक्षाही लालमोहर पॉवरफुल माणूस आहे. पलटदास गोष्ट समजतो. ...गोष्ट आणखी काय असेल, रामायणाची गोष्ट. तोच राम, तिच सीता, तोच लक्ष्मण आणि तोच रावण ! सिया सुकुमारीला पळवून नेण्यासाठी रावण कसले कसले रूप धारण करून येतो. इथे पण सिंहासन बनवणाऱ्या माळ्याचा मुलगा राम आहे. गुलबदन मिया सुकुमारी आहे. माळ्याच्या मुलाचा मित्र लक्ष्मण आहे आणि सुलतान आहे रावण. धुन्नीरामला खूप ताप आहे ! लहसनवांला सर्वात मजशीर पार्ट वाटले ते जोकरचे. ...चिरैया तोहके लेके ना जइवै नरहट के बजरिया ! तो त्या जोकरसोबत दोस्ती करू इच्छितो आहे. तो नाही करणार दोस्ती, जोकर साहेब ?

हिरामनला आता कुठे गाण्याचा अर्धा भाग समजला आहे, मारल्या गेला गुलफाम!'

कोण होता हा गुलफाम ! हिराबाई रडत गात होती, हो हो मारल्या गेले गुलफाम! टिडिडिडि... बिचारा गुलफाम !

तिघांना तलवार परत देताना पोलिस सिपायांनी म्हटले, "तलवार घेऊन नाच पहायला कोण येतं का ?"

दुसऱ्या दिवस सर्व जत्रेत हा विषय चर्चेचा झाला, मथुरामोहन कंपनीमधून पळून आलेली आहे हिराबाई, म्हणून यावेळी मथुरामोहन कंपनी आलेली नाही. ...त्यांचे गुंडे आले आहेत. हिराबाई पण कमी नाही. मोठीच खिलाडी स्त्री आहे. तेरा तेरा गाव गुंड पाळलेत तिने....काय हिम्मत बाईला छेडण्याची ! मजाल नाही !"

दहा दिवस...रात्रं-दिवस...!

दिवसभर भाडे पोहचते करायचा हिरामन. रात्र होताच नाटकाचा नगाडा वाजायला लागायचा. नगाड्याचा आवाज ऐकताच हिराबाईचा आवाज कानाजवळ ऐकू लागायचा- भैया...मीता..हिरामन.. उस्ताद गुरूजी ! दिवसभर कसले ना कसले गीत त्याच्या मनात रूंजी घालत असायचे. कधी हार्मोनियम, कधी नगाडा, कधी ढोलक आणि कधी हिराबाईची पैंजन. याच संगीताच्या तालावर हिरामनच्या हालचाली होत. नाटक कंपनीच्या मॅनेजरपासून ते पडदा ओढणारापर्यंत सगळे त्याला ओळखतात. ...हिराबाईचा माणूस म्हणून.

पलटदास प्रत्येक रात्री नाटक सुरू होताना श्रद्धापूर्वक स्टेजला वंदन करीत असे, हात जोडून. लालमोहर, एकदा त्याची बोली भाषा ऐकवायला गेला होता हिराबईला. हिराबाईने ओळखले नाही. तेव्हापासून बिचारा नाराज आहे. त्याचा नोकर लहसनवां त्याच्या हाताबाहेर गेला आहे, म्हणजे नाटक कंपनीतच भरती झाला आहे. जोकरसोबत त्याची दोस्ती झाली आहे. दिवसभर पाणि भरतो, कपडे धुतो, म्हणतो, गावात काय आहे जाण्यासारखे! लालमोहर उदास असतो. धुन्नीराम घरी गेला आहे, आजारी असल्याने.

हिरामन आज तिसऱ्यांदा भाडे घेऊन स्टेशनवर आला आहे. आज माहित नाही त्याला त्याच्या वहिनीची आठवण येत आहे. ...धुन्नीरामने तापाच्या धुंदीत काही सांगितले तर नसेल ! हेच काही बाही बडबडत होता, गुलबदन, सिंहासन, लहसनवां मजेत आहे. दिवसभर हिराबाईला एकटक पहात असेल. काल सांगत होता, हिरामन मालक, तुमच्या आर्शीवादाने खूप मजेत आहे. हिराबाईची साडी धुतल्यानंतर भांड्यातले पाणि अत्तर गुलाब होते. त्यात माझा गमजा भिजवतो. काय वास घेणार ? प्रत्येक रात्री, कोणाच्या ना कोणाच्या तोंडून तो ऐकतो हिराबाई रंडी आहे. किती लोकांचं तोंड बंद करणार तो ! आज तो हिराबाईला भेटून सांगणार, नाटक कंपनीत राहिल्याने लोक खूप बदनाम करतात, सर्कस कंपनीत का नाही काम करीत ? सर्वांसमोर नाचावे लागते, हिरामनचे काळीज तीळ तीळ तुटते अशावेळी. सर्कस कंपनीत वाघाला...त्याच्याजवळ जाण्याचे धाडस कोण करील ! सुरक्षित राहिल हिराबाई ! कोणती गाडी येत आहे ?

'हिरामन, ए हिरामन भाय !' लालमाहेरची भाषा ऐकून हिरामनने मान वळवून पाहिले. ...काय भाडे आणलेस लालमोहर ?"

तुला हिराबाई शोधत आहे, स्टेशनवर. जात आहे.' एकदम ऐकायला आलं. लालमोहरच्या गाडीतूनच आली आहे जत्रेतून.

“जात आहे ? कुठे ? हिराबाई रेल्वने जात आहे ?”

हिरामनने गाडी उभी केली. मालगोदाच्या चौकीदाराला सांगितले, भैया, जरा गाडी-बैलाकडे पहा. आलोच जाऊन.’

“उस्ताद !’ हिराबाई मुसाफिरखान्याजवळ ओढणीने तोंड झाकून उभी होती. थैली पुढे करीत म्हणाली, घ्या, परमेश्वरा, भेट झाली, चला, मी तर आशा सोडली होती. तुमची भेट होणार नाही. मी जात आहे गुरूजी !’

खोके वाहून नेणारा व्यक्ती आज कोट-पँट घालून साहेब बनला आहे. मालकाप्रमाणे कुलींना हुकूम सोडत आहे. ‘बाईसाहेबांना चांगल्या जागेत बसवा. समजलं ?”

हिरामन थैली घेऊन गुमान उभा राहिला. कुर्तीच्या आतून थैली काढून दिली आहे हिराबाईने. चिमनीच्या देहाप्रमाणे गरम आहे थैली.

‘गाडी येत आहे.” खोके वाहून नेणाऱ्याने तोंडाकडे पाहिले हिराबाईच्या. त्याच्या चेहऱ्यावरचे भाव स्पष्ट आहेत-इतके काय आहे ?

हिराबाई चंचल झाली. म्हणाली, इकडे या, आत. मी पुन्हा परत चालले आहे मथुरामोहन कंपनीत. ...वनैली जत्रेला येणार ना ?’

हिराबाईने हिरामनच्या खांद्यावर हात ठेवला, ...यावेळी उजव्या खांद्यावर. मग थैलीतून रूपये काढत म्हणाली, ‘एक रूपायची गरम चादर विकत घ्या..’

हिरामनचा आवाज फाटला, इतक्या वेळानंतर, ‘इश्श प्रत्येक वेळी रूपया, पैसा ! ठेवा तो तुमच्याकडेच ! काय करणार चादरीचं ?

हिराबाईन हात आखडता घेतला. तिने हिरामनच्या चेहऱ्याकडे पाहिलं. मग म्हणाली, मन छोटे झाले आहे तुमचे. काय मीता ? महुआ घटवारिनला व्यापाऱ्याने विकत घेतले आहे गुरूजी !’

गळा भरून आला हिराबाईचा. खोके वाहून नेणाऱ्याने बाहेरून आवाज दिला, गाडी आली, हिरामन खोलीच्या बाहेर आला. खोके वाहून नेणाऱ्याने जोकरसारखे तोंड करीत म्हटले, पलाटफारमच्या बाहेर पळा. बिगर तिकिटाचे सापडलात तर तिन महिने जावे लागेल जेलची हवा खायला...’

हिरामन गुमान फाटकाच्या बाहेर जाऊन उभा राहिला. ...टेशनची गोष्ट, रेलवेचे राज्य. नाहीतर खाके वाहणाराला चांगल सरळ केलं असतं हिरामनने.

हिराबाई समोरच्या डब्यात चढली. “इश्श ! इतका थाट ! गाडीत बसल्यावरही हिरामनकडे पहात राहिली. टुकुर टुकुर. लालमोहरला पाहून राग येतोय. नेहमी मागे मागे, नेहमीच वाटेकरी होतो.

गाडीची सीटी वाजली. हिरामनला वाटलं, त्याच्या आतून कसलासा आवाज बाहेर पडून त्या सीटीसोबतच कू ऊ ऊ ! इश्श !

छी ई ई छक्क ! गाडी हालली. हिरामनने आपल्या डाव्या अंगठ्याच्या उजव्या बोटाला चेंगरले. काळजाची धडधड थांबली. हिराबाई तिच्या जवळच्या कपड्याने चेहरा साफ करते. कपड्याने इशारा करते चालले म्हणून....आता जा. शेवटी डब्बा गेला. प्लॅटफारम रिकामा झाला, सगळं रिकामं...रिकामं...मालगाडीचे डब्बे ! जणू जगच रिकामे झाले आहे. हिरामन त्याच्या गाडीकडे परत आला.

हिरामनने लालमोहरला विचारले, 'तू कधीपर्यंत येत आहेस गावात ?'

लालमोहर बोलला,' आता गावात जाऊन काय करणार ? इथे तर भाडे कमावण्याची संधी आहे ! हिराबाई गेली, आता जत्रा संपणार.'

''चांगली गोष्ट आहे. काही सामान द्यायचं होतं घरी ?'

लालमोहरने हिरामनला समजावण्याचा प्रयत्न केला. परंतु हिरामनने गाडी गावाच्या दिशेने वळवली. आता जत्रेत काय उरलय, रिकामी जत्रा !

रल्वे लाईनच्या बाजूनेच कच्ची सडक गेली आहे दूरपर्यंत. हिरामन कधी रल्वेत नाही बसला. त्याच्या मनात पुन्हा जुनी इच्छा जागृत झाली. रेल्वेत बसून गीत गात जगन्नाथाच्या यात्रेवर जाण्याची इच्छा. मागे वळून गाडीत कोण आहे हे पहाण्यची हिम्मत होत नाही त्याची. पाठीत आजही गुदगुदी होते. आजही राहून राहून चंपाचे फुल बहरते, त्याच्या गाडीत. एका गीताच्या तुटलेल्या तालावर नगाड्याचा ताल तुटतो, पुन्हा, पुन्हा !

त्याने मागे वळून पाहिले, बोरे पण नाहीत, वेळू पण नाहीत, वाघ पण नाही-परी...देवी...मीता...हिरादेवी...महुआ घटवारिन-कोणीच नाही. मेलेल्या मुड्यांचा आवाज ऐकू यावा असं वाटतय. हिरामनचे ओठ हालत आहेत. कदाचित तो तिची शपथ खात आहे, कंपनीच्या स्त्रीचे भाडे...

हिरामनने आपल्या दोन्ही बैलाचा कासरा जोराने झिडकारला, लाठीने मारत बोलला, रेल्वे लाईनकडे वळून वळून काय पहताय रे ? दोन्ही बैलाने आता चागलीच धुम ठाकली. हिरामन गाऊ लागला, अजी हां, मारे गए गुलफाम...!'

७.

पक्षी आणि दीमक

-गजानन माधव मुक्तीबोध

बाहेर दुपारचा उकाडा परंतु या खोलीत मंद असा प्रकाश आहे. हा प्रकाश बंद खिडकीच्या भेगातून येतो आहे. ही एक मोठी खिडकी आहे, ज्यामध्ये रूंद पडदा आहे, ज्याच्या बाहेर भिंतीला चिकटून काटेरी उसाची दाट हिरवी झाडी आहे. त्याच्यावर एक रानटी वेल पसरली आहे आणि आकाशी रंगाच्या चष्म्यासारखी फुलं दर्शनी ठेवली आहेत. दूरवरून पहाणारांना ती त्या वेलीची फुले आहेत असे वाटतात.

पण आश्चर्याची गोष्ट म्हणजे वळणाच्या हालचालीने उसाच्या फांद्याच धरल्या नाहीत तर काटेरी केसाळ पानांची प्रत्येक रिबन गुंडाळून घट्ट धरून ठेवली आहे. त्यांच्यापासून दोरी बनवली आणि त्या संपूर्ण झाडावर आपली फुले विखरून, ती सौंदर्याची प्रतिके सूर्य आणि चंद्रासमोर धरली आहेत.

पण मला अनेकदा ही खिडकी बंद ठेवावी लागते. छत्तीसगडच्या या भागात अवकाळी वारे वहातात. त्यांनी माझ्या खिडकीचे शटर मोकळे केले आहेत. खिडकी बंद ठेवण्याचे आणखी एक कारण म्हणजे भिंतीबाहेर उभ्या असलेल्या दाट हिरव्यागार झुडूपाच्या आत लपलेल्या, गडद, हिरव्यागार अंतरात पक्षी रहातात आणि आपली अंडी घालतात. कधी कधी मध्यरात्री तिथून अचानक त्यांचा आवाज ऐकू येतो. भुजंग आपल्या भक्ष्याच्या शोधात येत असताना ते तीव्र भीतीच्या अकांताने ओरडत असतात. ते बहूदा पलिकडच्या झुडूपामध्ये रेंगाळत असावेत.

एक रात्री, याच खिडकितून एक भुजंग माझ्या खालीतही आला. तो तीन फिट इतक्या लांबीचा अजगर होता. खूप खाऊन-पिऊन सुस्त होऊन तो खिडकीच्या जवळ माझ्या साइकलवर आडवा झाला होता. त्याचे तोंड कॅरिअरवर, त्याच्या विळख्यात अडकलेले होते आणि शेपटी चमकदार हँडलवर गुंडाळलेली. कॅरिअरपासून ते हँडलपर्यंत

त्याने संपूर्ण लांबी त्याच्या बॉडी-रिंग्सने घट्ट केली होती. त्याचे ते काळे लांब गुळगुळीत शरीर दहशत निर्माण करीत असे.

मोठ्या कष्टाने आम्ही त्याचा चेहरा ओळखला आणि त्यानंतर अचानक त्याच्यावर हल्ला करून त्याला बेशुद्ध केले. आमचे उन्मत हल्ले थरारक होते ! खोल भीतीच्या भावनेने आमचा भ्याडपणा लक्षात घेऊन आम्ही निर्दयीपणे त्याच्या लडबडलेल्या शरीरावर लाथ्या मारत होतो.

तो मेला हे समजल्यावर आम्ही त्याच्यावर अंत्यसंस्कार करायला गेलो. रॉकेलच्या तेलाच्या उंच ज्वाळा भडकवत, कांडाच्या आगीत पडलेले ते सैल शरीर, त्याच्यात उरलेले जे काही बळ होते ते एकवटत त्याने इतक्या जोराने मुसंडी मारील की आम्ही चकितच झालोत, मागे सरकलो. त्यांनतर रात्रभर त्या अजगराची चर्चा होत राहिली.

या खिडकिपासून सुमारे सहा यार्ड अंतरावर, वेळूच्या झुडूपांच्या पलिकडे, एक तलाव आहे...एक विशाल तलाव, आकाशातला मोठाच मोठा आरसा, जो थरथरत हसत असतो आणि त्याच्या थरथराटावर किरणे नाचत असतात.

माझ्या खोलीत येणारा प्रकाश म्हणजे या लाटांवर नाचून येणारा प्रकाश आहे. खिडकिच्या लांब फाट्यांमधून जाणारा प्रकाश समोरच्या भिंतीवर असलेल्या रूंद ओव्याचा खाली सुंदर चमकणारी आकृती तयार करतो.

माझी दृष्टी त्या प्रकाश स्पदंनावर स्थिर आहे. क्षणार्धात त्याच्या अगणित लाटा नाचतात, किती वेगवान आहे, त्या लखलखत्या लाटांनी मी मंत्रमुग्ध झालो आहे की किरणांच्या साह्याने बाहेरच्या तलावाने तिची स्पंदने माझ्या भिंतीवर प्रक्षेपित केली आहेत.

माझ्या मनाच्या पडद्यावर इतरांच्या हृदयाचे ठोके, त्यांची मानसिक हालचाल, चित्ररूपात मांडू शकेल असे एखादे यंत्र असावे असे मला वाटते.

उदाहरणार्थ, मला याच पंलगावर माझ्यासमोर बसलेल्या स्त्री मूर्तीच्या व्यक्तिमत्त्वाचे रहस्य जाणून घ्यायचे आहे, जरी कदाचित माझ्याइतके तिच्याबद्दल इतर कोणालाही माहित नसेल.

या अंधाऱ्या खोलीत ती मला सुदंर भासते आहे. भिंतीवर पडणाऱ्या परावर्तीत प्रकाशाचा पुन्हा परावर्तीत प्रकाश ध्यानस्थ गालावर आणि आकाशाच्या मांडीवर निळ्या हातात धरलेल्या कांदबरीच्या पानांवर पसरतो. या क्षणी आपण दोघेही फिरत असलो तरी (तो कांदबरीच्या जगात आणि मी माझ्या विचारांच्या वाटेवर) तरीही या एकाकी अंधुक खोलीत सखोल सहवासाचे बंध तळमळत आहेत आणि जाणवत आहेत.

असे असले तरी मला यात रोमान्स दिसत नाही असेच म्हणावे लागेल. माझ्या डोक्याची उजवी बाजू पांढरी झाली आहे. आता मला फक्त निवारा, उबदार निवारा हवा आहे.

...तरीही मला शंका आहे. मला यापुढे तारूण्याचा भ्रम, उद्दाम स्वप्ने आणि आत्मविश्वास नाही. एका वयस्क पुरूषाचे अविवाहित स्त्रीसोबत प्रेम असणे विचित्रच असते. त्यात इच्छेच्या आग्रहासोबत जो अनुभवपूर्ण ज्ञानाचा प्रकाश असतो, तो क्षणोक्षणी शंका-कुशंका जन्माला घालतो.

मला श्यामलाबद्दल शंका आहे. ठोस गोष्टींच्या बारकसारीक गोष्टीबद्दल तिला खूप आदर आहे. वर्तनाच्या निकषावर ती पुरूषाला पारखते. त्याचा मला त्रास होतो. मला त्याच्यात एक थंड दगडीपणा जाणवतो. ओल्या आणि रंगीन स्वप्नांचा श्यामला मध्ये खरंच अभाव आहे.

दगडासारखं थंड असणं चांगलं किंवा वाईट हे मला माहीत नाही. पण जेव्हा औचित्याचे सर्व पुरावे, त्यांची सर्व वस्तू-सत्य-पॉलिस केलेल्या कथिलासारखी चमकते, तेव्हा मला वाटते, या निरूपयोगी वस्तूंमध्ये आपण अडकलो आहोत, आणि दुसरीकडे मला माझ्या आत काहीतरी अभाव असल्याचे जाणवते आणि ते मनाविरूद्ध वाटते.

अशा स्थितीत 'हो' आणि 'नाही' मध्ये राहून मी निःशब्द 'होयजी' असा चेहरा करतो निर्माण करतो. फक्त या गोष्टीला घाबरतो की हा 'होयजी' 'जी हुजूर बनू नये. शांतता भंग होणार नाही, याची मी फार काळजी घेतो. मला ना भांडण करायचे आहे ना कोणत्या भानगडीत पडायचे आहे...

कांदबरी फेकून श्यामलाने दोन्ही हात वर केले आणि थोडेसे अंग मोडले. मी तिच्या सौंदर्यावर मुग्ध होणारच होतो तशात तिने एक प्रस्ताव समोर ठेवला. म्हणू लागली चल, बाहेर फिरायला जाऊ.

माझ्या डोळ्यासमोर बाहेरचे रखरखते उन्ह आणि भयानक गर्मी दिसायला लागली. खसच्या पड्यामागे, छताच्या पंख्याखाली, आळशी लोक दिसायला लागले. सभ्यतेची कल्पना आणि सोयीची भावना मला नाकारू लागली. श्यामलच्या लाजाळूपणाचा आणखी एक पुरावा मिळाला.

तिने नजरनेच अंदाज घेतला आणि निर्णय सांगण्याच्या थाटात म्हणाली, ठीक आहे, मी जाते, सांभाळून जाईल, पाहून घ्या.

परंतु थोड्या वेळानंतर, मी गुमान तिच्या मागे जात असल्याचे माझ्या लक्षात आले. तेव्हा मनात एक विचित्र अशी भावना निर्माण झाली. मनात एक संकूचितपणा

निर्माण झाला. पॅंटही सैल अशी वाटू लागली. शर्टची कॉलरही कशीतरी असावी. केस ठीक केलेले नव्हतेच. पायांना ओढत ओढत पुढे चाललो होतो.

हे फक्त दुपारच्या उन्हामुळे घडत होतं किंवा श्यामला मुळे, हे सांगणे कठीण आहे.

तिने मागे वळून माझ्याकडे पाहिले आणि दिलासा देणाऱ्या आवाजात म्हणाली, "शाळेचे मैदान अधिक दूर नाही."

ती माझ्यापुढे चालत होती. परंतु माझे लक्ष तिच्या पायाच्या मागच्या आणि तळव्याकडे होते. तिचे पाय, भरलेल्या आणि धुळीने माखलेल्या. पुढे चालताना ती चपलावर भार द्यायची. उघड आहे की तिच्या पायांना धुळीत चालण्याची सवय होती.

हा विचार मनात येताच, न जाणे कोणत्या नात्याने श्यामलापेक्षा थोडं कमी समजायला लागलो होतो आणि त्या कमीपणावर मात करण्यासाठी मी त्या चालत्या आकृतीसोबत तिच्या सोबत चालू लागलो. ती म्हणू लागली, आठवतं का आज बैठक आहे. आता चालून पहाणार नाही तर कधी. आणि सगळ्यासमोर सिद्ध होईल की तुम्ही स्वतः काही करीत नाहीत. केवळ तोंड चालवता.

आता श्यामलला कोण सांगणार की मी ना अशा भर दुपारी शाळेच्या मैदानात जाणार ना रात्रीच्या वेळी बैठकीला हजर असणार. शक्यता आहे की कोरम पूर्ण नसल्याने बैठक रद्द होईल. परंतु श्यामलला कोण सांगणार की आपल्या आळशीपणातही एक लपलेला एक ज्ञात किंवा अज्ञात प्लॅन असतो. वर्तमान कामकाजाची जबाबदारी ज्याच्यावर आहे, ते त्यांनाच संचालक मंडळाची बैठक होऊ द्यायची नाही. श्यामलला जर सांगितले तर ती म्हणेल, का !'

मग मी उत्तर देईल. मी तिच्या नजरेत पडू इच्छित नाही, मला तिच्या नजरेत अधिक मौल्यवान बनायचे आहे. प्रेमी आहे ना, स्वतःच्या व्यक्तीमत्त्वाचे सुंदर चित्र निर्माण करण्याची इच्छा तर असणारच ना.

तसेही उन्ह इतके होते की मला बोलण्याची किंवा संभाषण करण्याची इच्छा होत नव्हती. माझी नजर समोरच्या पिंपळाच्या झाडाकडे गेली, ज्याची एक फांदी तलावाच्या वर, फारच उंचीवर पसरलेली होती. त्याच्या टोकावर एक मोठा तपकिरी रंगाचा पक्षी बसला होता. मी त्याला गरूड समजले. असे वाटत होते की तो माशांची भक्ष्यांची वाट पहात आहे. पण त्याच फांदीच्या अगदी विरूद्ध बाजूस, जिच्यावर इतर फांद्या उंच व वाकड्या झाल्या आहेत, त्यावर कावळ्यांचे कळप काव काव करीत घुटमळत आहेत आणि जणू त्या गरूडाच्या विरोधात तक्रार करीत आहेत.

इतक्यात मला त्या मैदानी-मोकळ्या आकाशात चमकदार खुल्या खुल्यापणात, अचानक समोर दिसायला लागतो, सावळ्या रंगाचा खद्दर कुरूप कुर्त्यातील गडद लहान उंची, जवळजवळ सपाट जाड चेहरा, उजव्या गालावर एक मोठा चामखीळ आहे त्यातून लहान केस बाहेर आलेले.

ते पाहून धडकी भरते. तो माझा नेता आहे, संस्थेचे सर्वेसर्वा आहेत. तिचे काल्पनिक चित्र पाहून मला अचानक इतर नेते आणि सचिवालयाच्या त्या अंधाऱ्या गल्ल्याची आठवण येते, जिथे मी या लहान मोठ्या भगव्या खद्दर कुर्तीवाल्याला पाहिल्यांदा पाहिले होते.

मी त्या अंधाऱ्या गल्ल्यांतून अनेकदा गेलो आहे आणि कुठल्यातरी कोपऱ्यात एकत्र केलेले, अशाच संस्थेच्या संचालकांच्या उतरलेल्या चेहऱ्यांना पाहिले आहे. इतके असताना उत्तमोत्तम पोषाख आणि अपडेट वेष असूनही प्रच्छन्न अभिमान, असहाय गांभिर्य, अधिर उदासी आणि थकवा त्यांच्या व्यक्तीमत्त्वाला राखेप्रमाणे लावतो. का ?

कारण आता आर्थिक वर्षाच्या शेवटच्या तारखेला दोन-तीन दिवसच उरले आहेत. शासनाचे अनुदान अद्याप मंजूर होत नसल्याचे वित्त विभागात कागदपत्रे अडकून पडले आहेत. कार्यालयाच्या बाहेर, गल्लीच्या कोपऱ्यात, मुतारीच्या जवळ, किंवा हॉटेलांच्या कारकुनांचे हात गरम केले जात आहे, यामुळे की अनुदान लवकर मिळावे.

अशाच एका ठिकणी मी हा भगवा-खद्दर कुर्तेवाला माठ्याने इंग्रजी बालताना पाहिला होता. आणि तेव्हाच मला त्याच्या त्वरीत स्वभावाचा आणि चंचल मनाचा अंदाज आला होता. इकडे भर दुपारी श्यामलाचं पार्श्वसंगीत चाललंय, मला याचा अर्थ समजत नाही. पण कोणास ठाऊक, तिच्या बोलण्यातला काही अर्थ काढून माझे मन आपल्या मार्गाने चालत रहाते. दरम्यान तिच्या एका वाक्याने धक्काच बसला, 'त्यापेक्षा तू राजीनामा दिलेला बरा. काम करू शकत नसाल तर पद का अडवून ठेवायचे.'

हाच प्रश्न मी स्वतःला अनेकदा विचारला होता. परंतु आज तिच्या तोंडून हाच विषय ऐकून थोडासा धक्काच बसला. माझे मन कुठल्या कुठे गेले. एका दिवशी काय झाले, माझा सजवलेली खोली, चहाचे घोट, हास्याचे फव्वारे, पिवळ्या त्रिकोणी चेहऱ्याचा खोडकर, जंगली माणूस ! ज्या व्यक्तीचा तो निषेध करीत आहे, तो माझा दयाळू मित्र आणि मदतनीस आहे, असा विचार न करता ती व्यक्ती प्रकरण वाढवते.

मी स्तब्ध ! परंतु कान ऐकत आहेत. पराभूत झालेल्या व्यक्तीप्रमाणे माझा चेहरा, आणि मी !

तो सांगणे चालू होते, सूक्ष्मदर्शी यंत्र ? सूक्ष्मदर्शी यंत्र कुठे आहे ?'

आहे तर. हे आहे. पहा, कारकून सांगतो. रजिस्टर सांगते. सगळे सांगत आहेत-आहेत, आहेत. परंतु कुठे आहेत ? इथे तर सगळं लिखित स्वरूपात आहे, भौतिक स्वरूपात कुठे आहे.

त्यांना विकतही घेतले नाही ! खोट्या पावत्या तयार करण्याचे कमीशन विक्रेत्याला, उर्वरीत रक्कम खिशात. सरकारकडून पूर्ण रक्कम वसूल !

एखाद्या खास प्रसंगी दुसऱ्या शहरातील संस्थेकडून...कर्ज घेऊन, सूक्ष्मदर्शी हजर ! सगळं काही हजर आहे. या, पाहून घ्या. हो साहेब, सगळं समोरच आहे. परंतु चौकशी संपल्यावर सगळं गायब. कशी जादू आहे. खर्चाचा आकडा वाढवून दाखवा. सरकारकडे कागदपत्र पाठवा, विशेष प्रसंगी, ऑफिसच्या अंधूक गल्ल्यात आणि हॉटेल्सच्या कोपऱ्यात आपले खिसे गरम करा. सरकारी अनुदान मंजूर ! माहीत नाही त्याचा कितवा हिस्सा, मोठ्या चलाखीने मोठ्या संस्था चालकाच्या खिशात ! होय !

भर दुपारी चालत जात आहे. कानात हा आवाज घुमत आहे. मी व्याकूळ होतो. श्यामलाचे पार्श्वसंगीत चालू आहे. मला खूप तहान लागलेली आहे ! पाणि, पाणि !

अचानक, उंचच उंच रोमन खांब असलेली विद्यापीठाच्या ग्रंथालयाची इमारत समोर येते. तिसरा प्रहर ! उन्ह कमी होत आहे. इमारतीच्या दगडी पायऱ्या, लांब उतरत्या.

सीडीला लागून अभ्रक मिश्रीत लाल मातीच्या चकाकणाऱ्या रस्त्यावर सुंदर काळी 'शेवरलेट.'

भगवे खद्दर कुर्तीवाल्याची शेवरलेट, ज्याच्या थोडा मी मागे उभी आहे, आणि पहात आहे-उगीच कारचा नंबर-की अचानक त्याच्या गुळगुळीत काळ्या भागात, जो आरशासारखा चमकदार आहे, चेहरा दिसतो आहे.

भयंकर आहे तो चेहरा ! सर्व अंदाज चुकत आहेत. नाक दीड गज लांब आणि जाड झालंय. चेहरा निमुळता आणि आखडलेला झाला आहे. आत गेलेले डोळे, कान गायब. भूता-सारखा अनैसर्गीक आवतार. मी माझ्या चेहऱ्याच्या त्या विद्रुपतेला, मुग्धभावाने, कुतूहलाने आणि आश्चर्याने पहात आहे, एकटक.

तशात अचानक मी दोन पाऊलं मागे हटतो, आणि पहातो की मोटारीच्या त्या काळ्या चमकदार आरशात माझे गाल, हनुवटी, नाक, कान हे सर्व रूंद झाले आहेत,

एकदम रूंद. लांबी जवळजवळ नाहीच. मी पहातच रहातो, पहातच रहातो की इतक्यात हृदयाच्या कोण्या कोपऱ्यात अनेक अंधारमय गटारी फुटतात. ती गटर आत्म-टीका, दु:ख आणि अपराधीपणाची आहे.

आणि अचानक तोंडातून धिक्कार बाहेर पडतो. त्या भगव्या खुद्दर कुर्तीवाल्यापासून माझी सुटका कधी होईल, कधी होईल.

आणि मग असे वाटते की या सगळ्या अनेक वाईट चक्राच्या या अवाढव्य यंत्रात, काही अज्ञात काळासाठी अडकलो आहे. पाय चिरडल्या गेले आहे, फासोळ्या छिन्न-चिछिन्न झाल्या आहेत, किंचाळू शकत नाही, आवाज घशात अडकला आहे जणू.

तशात अचानक एक दृष्यात रोमन स्तंभासह विद्यापीठाच्या ग्रंथालयाच्या उंच, लांब, सीडी उतरणारी एक आत्मविश्वास असलेली एक भव्य स्त्री दिसते.
माझ्याकडे तिचे हास्य फेकते असे वाटते. मी अशा स्थितीत नाही की तिचे स्वागत करू. मी वेडापिसा होतो.

ती हळूहळू माझ्या दिशेने येते. विनंतीच्या सुरात ती म्हणते, तुम्ही हे पुस्तक वाचले आहे.'

काळ्या कव्हरवर सोनेरी अक्षराने लिहिले आहे, 'मी आराम करणार नाही.'

मी अगदीच खेटं बोलतो, 'होय वाचली आहे कधीच.'

परंतु माझ्या लक्षात येतं की माझ्या चेहऱ्यावर तेलकट घाम जमा झाला आहे. मी वारंवार तो तेलकट चेहरा रूमालाने पुसतो. केसा खालचे कपाळ, होय कपाळ. (हा शब्द मला चांगला वाटतो) त्याला चांगले घासून पुसून टाकतो.

आणि मग दूर एका झाडाखाली, इकडे येणाऱ्या, भगव्या खद्दर कुर्तीवाल्या आकृतीला पाहून श्यामलाला म्हणतो, 'बरं मी जरा तिकडे जाऊन येतो. पुन्हा भेटू.' आणि निरोपाचा भाग म्हणून मी तिच्याकडे पाहून हसण्याचा प्रयत्न करतो.

झाड.

विचित्र झाड आहे. (इथे थांबू शकतो), फारच जुने झाड आहे, ज्याच्या मुळ्या उखडून टाकताना तुटल्या आहेत आणि बाकीच्या जशाची तशा आहेत, त्याच्या आसपासची माती खचली आहे. म्हणून ते दिसतात उगल्यासारखे पण आहेत वाळलेले. झाड कसलं, एक प्रकाराचा स्टंपच. त्याच्या फांद्या तोडल्या आहेत.

परंतु कापलेल्या फांद्यातून पालवी फुटून हातासारख्या बाहेर निघाल्या आहेत आणि हवे सोबत खेळत आहेत. त्या फांद्यांमध्ये कोमल अशा झालरी दिसू लागते. झाडाच्या जाड खोडातून ताजा डिंक बाहेर पडत आहे. डिंकाच्या गडद गाठी आपण

गमत म्हणून पाहू शकतो.

हे विचित्रच झाड आहे ! (कदाचित ते चांगुलपणाचे झाड असावे) कारण एका दिवशी सायंकाळच्या वेळी मी एका तरूण तरूणीला या झाडाखाली बसलेले, उंच, ताठ, मुळावर आरामात बसलेले पाहिले. कदाचित ते त्यांच्या क्षणात तल्लीन झाले असावेत.

मला पाहून तरूणाने आदरपूर्वक नमस्कार केला. तरूणी देखील मला पाहून ओशाळली. लाजेने तिने तिचा चेहरा दुसरीकडे वळवला. परंतु तिचं लाजेनं ओशाळनं माझ्या नजरेतून सुटलं नाही.

या प्रेम मुग्धतेनं मलाही वेगळाच आनंद दिला. माझ्यामुळे त्यांना अधिक संकोचल्यासारखे वाटू नये म्हणून मी त्या ठिकाणाहून काढता पाय घेतला.

ही गेल्या उन्हाळ्यातील एक सुंदर सांयकाळची आठवण आहे. पण आज श्यामला सोबत क्षणभर त्या झाडाखाली बसावेसे वाटले. हि खूप छोटी आणि निरागस इच्छा आहे. पण मला वाटले की श्यामलाला असं करणं आवडणार नाही. शाळेच्या मैदानात पोहचण्याची तिला घाई आहे म्हणून. प्रस्ताव ठेवण्याची माझी इच्छा झाली नाही.

परंतु दुसऱ्याच क्षणी आपोआप माझे पाय तिकडे वळू लागले आणि अगदी त्याच ठिकाणी मी जाऊन बसलो, जिथे गेल्या वर्षी ते जोडपं बसलं होतं. पहातोय तर श्यामला देखील आली आणि बसली.

तर ती काय म्हणाली, 'खरंच आहे खूप गर्मी आहे दुपारची.'

समोर शेतं आहेत, राखाडी आणि गलिच्छ ! त्यांच्यावर सायरस आणि सिसमची सावली पडली आहे. मी त्यांच्या गडछ आणि दाट सावल्याकडे मंत्रमुग्ध होऊन पहात रहातो...

कारण, कारण माझे हे झाड, चांगुलपणाची सावली नाही देऊ शकत, आश्रय प्रदान नाही करू शकत, (कारण त्याला जागोजागी कापण्यात आले आहे) ते तर कापलेल्या फांद्या आणि आकाशातून केवळ तीव्र आणि त्रासदायक प्रकाशालाच मार्ग देऊ शकते.

पण मला या भर दुपारी विशाल पोकळीत एका झाडाखाली, एकांतात, श्यामला सोबत असण्याची माझी जी आवस्था झाली आहे, तिची मला अचानक जाणीव झाली. वाटले की श्यामला माझी आहे, आणि ती पण या दुपारप्रमाणेच गरम अशी आहे. गरम मातीतून वाफ यावी तशी, तिच्यात आपलेपणा असणारी. तर मग काय आजच, यानंतरच्या असंख्य उष्ण दुपारच्या आधी, याच वेळी तिच्या समोर माझ्या

दिवासांचे खोलवर दडलेले स्तर आणि पृष्ठभाग तिच्यासमोर ठेवू...जेणेकरून उद्या तिला गैरसमजात ठेवणे, तिची फसवणूक न केल्याबद्दल मी दोषी असणार नाही.

इतक्यात माझ्या डोळ्यासमोर त्या भगव्या खद्दर कुर्तेवाल्याची प्रतिमा दिसू लागली. मी व्याकूळ झालो आणि त्यापासून सुटका व्हावी असे वाटू लागले.

मग मी स्वतःला कसं स्वीकारू, कुठून सुरूवात करू !

मला ती समजून घेईल का ? ताणलेल्या दोरीवर न पडता चालण्याचा सराव तिला कुठे आहे जीवनाचा, गुंतागुतीचे आयुष्य तिला कुठे माहीत आहे.

दोरीवरून उतरा, कोण म्हणणार ?

परंतु ही स्त्री शिकलेली आहे, वादविवाद करते. वाद विवाद करण्याचा आणि स्वार्थाचा तिच्यासहीत माझा काही संबंध नाही. त्यावेळी आम्ही वाद विवाद करू शकत होतो. पण अशा मुली स्वार्थी नसतात. आपल्या हृदयाचे दरवाजे उघडण्याचा संकोच ना तिला वाटला, ना मला. पण असे करायचे म्हणजे एक समस्याच असते, विचित्र पेच असतो, गोंधळात टाकणारा त्रास !

आणि हा त्रास टाळण्यासाठी आपण खोटे तर बोलतो, निखालस खोटं! परंतु असत्य सत्याला अधिक खोल, अधिक महत्त्वाचे आणि अधिक महत्त्वपूर्ण बनवते, जणू काही ते आपल्यासाठी आणि संपूर्ण मानवतेसाठी एक विशेष सार आहे. अशा परिस्थितीत आपण भावनीक बनतो. आणि परिस्थिती तिच्या सर्व खाजगीपणात पूर्णपणे खाजगी आहे. सोबतच मधूर देखील ! होय, त्या स्थितीची एक विचित्र वेदना आहे, भयानक संताप आहे, आणि या अत्यंत जिव्हाळयाच्या पण खाजगी नसलेल्या पातळीवर आपण एक होतो, आणि कधी कधी त्याचा पातळीवर दुर्देवाने भांडतोही.

श्यामला म्हणाली, या मैदानाला सपाट करायला किती खर्च येईल ?'

'बारा हजार.'

'ते किती म्हणतात ?

'वीस हजार.'

तर मग तुम्ही बैठकीत बसा आणि समजाऊन सांगा की बारा हजारापेक्षा अधिक देता येणार नाहीत.'

'हो, हे मी करू शकतो.'

'इतके म्हणजे ?

आता मी त्याला इतक्याचा काय अर्थ सांगणार ! उघड आहे की त्या भगव्या खद्दर कुर्तेवाल्यासोबत मला दुश्मनी करायची नाही आहे. मी त्याच्याशी प्रमाणिक

राहीन कारण मी त्याचा माणूस आहे. तो कितीही वाईट अथवा भ्रष्ट असला तरी. पण त्याच्यामुळेच माझ्यावर विश्वास ठेवल्या गेला आहे. म्हणूनच मी अनेक समित्यांचा सदस्य आहे.

मी विरोधी नजरेने श्यामलाकडे पाहिले. ती माझा पवित्रा पाहून समजली. ती काही बोलली नाही. परंतु जणू मी तिचा आवाज ऐकला आहे.

श्यामलाचा आवाज चार जणींसारखा आहे. त्यावर सावळे आकर्षण. परंतु तिचा आवाज...हो... आवाज...तो इतका मधूर आहे की त्याकडे दूर्लक्ष करणे अश्यक्य आहे. तो आवाज ऐकल्यावर जगातल्या चांगल्या गोष्टींची आठवण होऊ शकते.

माहीत नाही माझ्या चेहऱ्यावर कसला वैताग दिसत होता, तो पाहून ती म्हणाली, “सांगा, काही बोलायचे आहे.”

हे वाक्य माझ्यासाठी निर्णायक बनले. तरी पण विरोध बाकी होता. आपल्या जीवनाचा सार-सत्य ही तुमची गुप्त संपत्ती आहे. त्यात गुप्त संघर्ष आहे, त्याचं स्वतःचं एक गुप्त नाटक आहे. ते सांगून चालत नाही. तरी पण, असे असेल तरी ते उघड केल्याने त्याची किंमत वाढेल, त्याचा काही विशेष उपयोग होऊ शकेल.

एक पक्षी होता. तो निळ्या नभात खूप उंचावर उडत चालला होता. त्याच्यासोबत त्याचे वडील आणि मित्रही होते.

(श्यामला आश्चर्याने माझ्या चेहऱ्याकडे पाहू लागली)

सगळे उंचीवर उडणारे पक्षी होते. त्यांच्या नजरा पण तीक्ष्ण होत्या. त्यांना दूरवरूनच अंदाज यायचा आणि गंध यायचा.

एका दिवशी तो तरूण पक्षी जमीनीवर चालणाऱ्या बैलगाडीला पहातो. त्यावर मोठे मोठे गाठोडे भरलेले आहेत. गाडीवाला ओरडून ओरडून सांगतो, दोन दीमक घ्या, एक पक्षी द्या.’

या तरूण पक्षाला दीमकाची आवड होती. तसे तर उंच उडणाऱ्या पक्षांना हवेत अनेक कीटक मिळतात, त्यांना गिळकृत करून ते त्यांची थोडीफार भूक शमवू शकतात.

परंतु दीमक फक्त जमीनीवरच मिळतात. कधी कधी झाडाच्या उंच फांदीवर ते त्यांचे मातीचे घर तयार करतात. पण असे थोडेच वृक्ष असतात आणि ते सगळे एका जागी सापडत नाहीत.

तरूण पक्षाला वाटले, ही एक चांगली सोय आहे, एक व्यक्ती गाठाड्यात भरून दीमकांना विकत आहे.

तो उंच उडायचे सोडून जीमनीवर उतरतो आणि झाडाच्या एका फांदीवर बसतो.

दोघांत सौदा ठरतो. एका पंखाच्या मोबदल्यात दोन दीमक. पंख ओढून तो तोडण्यातही त्याला त्रास होतो, परंतु ते तो सहन करतो. तो पक्षी तोंडात मोठ्या चवीने दोन दीमके धरून उडून जातो.

(सांगता सांगता मी थकलो आहे श्वास घेण्यासाठी. श्यामलाने डोळे मिचकावले आणि म्हटले, 'हूं')

आता त्याला पंख देणे आणि दीमक घेणे सोपे वाटले. तो रोज तिसऱ्या प्रहरी खाली यायचा आणि आपले एक पंख देऊन दोन दीमक घ्यायचा.

काही दिवस असेच चालू राहिले. एका दिवशी त्याच्या वडिलाने पाहिले. त्याने समजावून सांगण्याचा प्रयत्न केला की बेटा, दीमक आपला नैसर्गीक आहार नाही आहे, आणि त्यासाठी पंख तर अजिबातच देऊ नयेत.

परंतु त्या तरूण पक्षाने वडिलाच्या बोलण्याकडे सरळ दूर्लक्ष केले. त्याला जमीनीवर उतरून दीमक खाण्याची सवय लागली होती. त्याला आता दुसरे किटक खाण्याची इच्छा होत नव्हती, ना फळ, ना अन्न धान्य. दीमकाची आता त्याला चांगलीच सवय लागली होती.

(श्यामला तिच्या विस्फारलेल्या डोळयांनी माझ्याकडे पहात होती, तिच्या वाढलेल्या पापण्या आणि भूवया फारच सुंदर दिसत होत्या)

पण असे किती दिवस चालणार त्याच्या पंखाची संख्या कमी होत गेली. त्याला उंच उडताना सावरणे कठीण चालले होते. दोन्ही पंख त्याला साथ देणार नव्हते. उडताना त्याला डोंगर, खडक, बुरूज आदींवर धापा टाकत बसावे लागे. त्याचे मित्र आणि परिवार उंच तरंगत सहज निघून जायचे. तो फार मागे रहायचा. त्यांनतरही त्याचा दीमक खाण्याचा छांद कमी झाला नाही. दीमकांसाठी तो गाडीवाल्याला पंख उपटून देतच राहिला.

(श्यामला गंभीर होऊन ऐकत होती. यावेळी हूं असं देखील नाही म्हणाली)

मग त्याने विचार केला की आकाशात उडणे निरर्थक आहे. ते मुर्खांचे काम आहे. त्याची आवस्था अशी झाली होती की त्याला आकाशात उडता येत नव्हते. एका झाडावून दुसऱ्या झाडावर त्याला उडता येत होतं फक्त. हळूहळू त्याला असं करणे पण कठीण चालले. आणि एक वेळ अशी आली की मोठ्या कष्टाने तो चालत, उडी मारत झाडाच्या एका फांदीवरून दुसऱ्या फांदीपर्यंत पोहचला जायचा. परंतु दीमक खाण्याची सवय काही जात नव्हती त्याची.

गाडीवाला मध्येच सुट्टी मारायचा. तो न दिसल्याने हा शांत रहायचा इकडे तिकडे.

परंतु त्याला तर दीमकाचा नाद लागलेला होता. त्याने विचार केला, मी स्वतःच दीमक शोधले तर, म्हणून तो खाली जमीनीवर आला. आणि हिरव्यागार गवतावर बसला.

(श्यामला माझ्या डोळ्याकडे पहात होती. तिने अपेक्षापूर्वक स्वरात 'हू' असे म्हटले.)

मग एक दिवस पक्षाच्या मनात माहीत नाही काय आले, त्याने दीमक खायचे सोडून त्यांना एकत्र करणे सुरू केले. आता त्याच्याकडे बरेच दीमक झाले.

मग एका दिवशी अचानक तो गाडीवाला दिसला. पक्षाला फार बरं वाटलं. त्याने ओरडून सांगितले, गाडीवाले, ओ गाडीवाले ! मी कधीपासून तुझी वाट पहात होतो.'

ओळखीचा आवाज ऐकून गाडीवाला थांबला. तेव्हा पक्षी म्हणाला, पहा, मी किती मोठी दीमके गोळा केली आहेत. '

गाडीवाल्याला पक्षाला काय म्हणायचे ते समजले नाही. तो केवळ इतकेच म्ळणाला, 'मग मी काय करू.'

'ही माझी दीमक घे, आणि माझी पंख मला परत कर.' पक्षाने उत्तर दिले.

गाडीवाला मोठ्याने हसला आणि म्हणाला, मुर्खा, दीमकाच्या मोदल्यात मी पंख घेतो, पंखाच्या मोबदल्यात दीमक नाही.

गाडीवाल्याने पंख शब्दावर जोर दिला होता.

(श्यामला लक्षपूर्वक ऐकत होती, ती पुन्हा म्हणाली, 'पुढे')

गाडीवाला निघून गेला. पक्षाला काय बोलावे ते समजेना. एका दिवशी एक काळी मांजर आली आणि त्याला तोंडात टाकून निघून गेली. तेव्हा त्या पक्षाच्या शरीरातून रक्ताचे थेंब जमीनीवर पडून त्याची रेषा बनत होती.

(श्यामला माझ्याकडेच पहात होती आणि तिच्या नजरेला नजर देण्याची हिंमत नसल्याने मी तिकडे तलावाच्या तरंग उठणाऱ्या पाण्यावर स्थिर केली होती)

गोष्ट सांगून झाल्यावर मला एक धक्का बसला. एक भयानक प्रतिक्रीया-कोलतार सारखी काळी, गंधकासारखी पिवळी नारंगी !

नाही, माझ्यात अद्याप बरंच काही शिल्लक आहे, त्या पक्षासारखे सगळे पंख संपले नाहीत माझे. मी यातून बोहर पडू शकतो. रोग हाताबाहेर गेला नाही. वैभवशाली जगण्याच्या भानगडीत वाईटाचे दुष्टचक्र तोडल्या जाऊ शकते. प्राणशक्ती आहे, आहे अद्याप.'

पण लगेच त्याला वाटले की श्यामला समोर त्याचे गुपीत उघड झाले आहे. स्वतःच विनाकारण मान्य केलं. कोणीही इतकं परम प्रिय असू शकत नाही की आतून नग्न. केसाळ अस्वलाला सांगावे की मी त्या अमार्याद सागरात बुडालो आहे.

श्यामला तिच्या जागेवरून हळूच उठली. साडी झटकली, घड्या सरळ केल्या आणि मग (इंग्रजीत) म्हणाली, "इट्स अ ब्युटिफुल स्टोरी, व्हेरी ब्युटिफुल !"

मग ती थोडा वेळ हरवल्यासारखी उभी राहिली आणि नंतर बोलली, तू कुठे वाचली ?

मी माझ्यात शून्यात हरवलो होतो, त्याच शून्य काळात मी म्हणालो, माहीत नाही...कोणी सांगितली किंवा मी वाचली.'

आणि ती श्यामला अचानक माझ्यासमोर आली, काही सांगायचं म्हणत होती, जणू त्या कथेत तिला लागू होणारा कोणता भाग होता.

तिच्या चेहऱ्यावर उन्ह पडले होते. तिचा चेहरा उजळला होता आणि सुंदर भासत होता.

इतक्यात आमची नजर समोरच्या रस्त्यावर पडली.

गुडघ्यापर्यंत परिधान केलेले मळकट धोतर आणि काळे, पांढऱ्या बंड्या घातलेले काही खेडूत झुंडीनं इकडे येत होते. एकाच्या हातात एक डंडा होता, ज्याने तो समोर धरला होता. त्या डंड्यावर तो लांब सर्प लटकलेला होता मेलेला. काळा सर्प, त्याचे पांढरे पोटही दिसत होते.

श्यामलाने पहाताच विचारले, कोणता सर्प आहे हा ? तो खेडूत छत्तीसगडच्या स्टाइलमध्ये ओरडला, करेट आहे बाई, करेट.'

श्याामलच्या तोंडून उफ्फ हा उद्गार बाहेर पडला. करेट तर फारच विषारी साप असतो.'

तर माझ्याकडे पाहिले आणि म्हणाली, "सर्प दंशावर औषध निघाले आहे. करेटवर तर कसलेही औषध नाही. चांगले केले, मारले. जिथे सर्प दिसेल, मारून टाक, मग तो पनियल सर्प का असेना."

आणि मग माहीत नाही माझ्या मनात तिचं वाक्य ध्वनीत होत राहिलं, जिथे सर्प दिसेल, मारून टाक."

आणि या दरम्यान...नोंदवहीत वाढलेल्या यादीची लांबी माझ्यासमोर दिसू लागली आणि गल्लीतल्या अंधाऱ्या कोपऱ्यात गरम होणारे मातीचे चोर हात.

श्यामलाने वळून म्हटले, तुमच्या खोलीतही सर्प घुसला होता तो ?'

मग तिने स्वतःच उत्तर दिलं, हो, तो जवळच्या खिडकीतून आला असेल.'

खिडकीचे नाव घेताच माझ्यासमोर बाहेरची काटेरी झाडी, वेळूची झाडी, जिला रानटी वेलीने विळखा घातला होता. मला असे तीक्ष्ण काटे असताना श्यामला मला अशी विळखा घालेल का ? फारच रोमँटिक कल्पना आहे, परंतु किती भयानक.

...कारण श्यामलासोबत आयुष्य घालवायचे असेल तर मला किती भगव्या-खद्दर कुर्तेवाल्यासोबत लढावं लागेल, इच्छा नसताना भांडणं करावी लागतील आणि आपले उत्पन्नाचे मार्ग बंद करावे लागतील. श्यामलाचे काय आहे ! ती तर एका गांधीवादी कार्यकर्त्याची मुलगी आहे, ती आदीवासीच्या कुऱ्हाडीसारखी आहे, जी आपल्या अप्रमाणिक आणि धोका देणाऱ्या सोबत्याचे धड वेगळे करते. सूक्ष्म अप्रमाणिकपणाचा तो धोका देणारा अंदाज तिच्याकडे कसला !

परंतु तरीही आदिवासींच्या त्या अमिश्रीत आदर्शवादात मला आत्म्याचा गौरव दिसू लागतो, मनुष्याची महिमा दिसे लागते, टोकदार तर्काचा परमानंद त्याच्या अंतिम प्रभावोत्पादक परिणामाचा उल्हास दिसायला लागतो-आणि या सगळ्या गोष्टी माझ्या हृदयाला स्पर्शून जातात. तर मग आता मी त्यांच्यासाठी काय करू, काय करू !'

आणि आता मी माझ्या स्वतःच्या खोलीचा विचार करीत आहे, ज्यामध्ये सुदंर सभ्य वातावरण आहे...माझ्या एकट्याची ती अंधारमय खोली. विचारांच्या लहरीमध्ये वाहणाऱ्या, प्रकाशाच्या शितल वातावरणात त्याच्या एकांतात पुन्हा परिवर्तीत होऊन मूळ किरणांचा आणि त्यांच्या मूळ स्त्रोतांचा विचार करीत जाणे किती साधे, सुंदर आणि कोमल आहे. तिच्यात ना कधी गरमी होते ना घाम येतो, ना कधी कपडे मळतात. परंतु प्रकाशाच्या उगमस्थानासमोर उभे रहाणे, त्याला सामोरे जाणे, भर दुपारी त्याचा मार्ग शोधणे आणि धुळ फेकत जाणे किती वेदनादायक आहे. घामाने भिजलेले कपडे इतके चिकट आणि इतके घाणेरडे दिसतात की असे वाटते...की जर कोणी आम्हाला अशा अवस्थेत पाहिले तर तो नक्कीच खालच्या वर्गाचा माणूस समजेल. मूक-शब्दांकन-वादी आमचे व्यक्तीमत्त्व जे फारच सुखी संपन्न भासत होते, टेबलावर सजवलेल्या किमती फाउंटन पेनसारखे-कोण्या महत्त्वपूर्ण बदलामुळे-ते जर अंगणात आणि बाहेर झाडू मारणाराप्रमाणे भासले, अशा अवस्थेत कोणी सडकछाप समजले, तर त्यात आश्चर्य वाटायला नको !

परंतु मी आता असल्या कामाची लाज बाळगणार नाही, कारण की जिथे माझे मन आहे, माझे नशीब तिथेच आहे !

८.

प्रमुखाला मेजवाणी

- भीष्म साहनी

आज श्री शामनाथ यांच्या घरी प्रमुखाची मेजवानी होती. शामनाथ आणि त्यांच्या धर्मपत्नीकडे घाम पुसायला वेळ नव्हता. गाऊन घातलेली, केसाचा अंबाडा सावरीत, चेहऱ्यावर आनंद आणि पाऊडरचा थर लावलेली पत्नी आणि तिकडे श्री शामनाथ सिगारेटवर सिगारेट ओढत, हातात वस्तूंची यादी धरून या खोलीतून त्या खालीत चकरा मारत आहेत.

शेवटी पाच वाजेपर्यंत तयारी पूर्ण होईल. खुर्च्या, टेबल्स, ट्राइपॉडस, रूमाल, फुले सगळे व्हराड्यात पोहचले. बैठकीत पेयाची व्यवस्था करण्यात आली होती. आता घरातील अनावश्यक सामान कपाटाच्या मागे आणि पलंगाखाली ठेवण्यात येत होते. तशात शामनाथ समोर एक समस्या उभी राहिली, आईचे काय करायचं ?

हे तर त्याच्या किंवा त्याच्या गृहिणीच्याही लक्षात आले नव्हते. श्री शामनाथ बायकोकडे वळले आणि इंग्रजीत बालले, तिला घरा मागच्या शेजारनीकडे पाठव रात्रभर, सकाळी बोलव तिला.'

सिगारेट होतीच शामनाथच्या तोंडात, बारीक डोळे करून बायकोच्या चेहऱ्याकडे पहात क्षणभर विचार करीत राहिला, नंतर मान हालवत म्हणाला, नाही, मला नाही वाटत की त्या म्हतारीचे पुन्हा येणे-जाणे सुरू व्हावे. आधीच मोठ्या कष्टाने बंद केले होते. आईला लवकर जेवन करून आणि तिच्या खालीत जायला सांग. पाहूणे आठ वाजता येतील, यापुर्वीच आपले काम आटोपून घे.'

सूचना ठीकच होती. दोघांनाही ती आवडली. पण मग श्रीमती अचानक बोलली, त्या जर तिथे झोपल्या आणि घोरायला लागल्या, तर ? जोडूनच व्हरांडा आहे, जिथे लोक भोजन करतील."

'तर तिला सांगू की आतून दरवाजा बंद कर, आपण बाहेरून कुलूप लावू. किंवा आईला सांगू की आत गेल्यावर जागीच रहा, झोपू नकोस, मग ?'

आणि त्या झोपी गेल्या तर ? जेवनाचं माहीत नाही किती वेळ चालेल. आकरा वाजेपर्यंत तर तुम्ही दारूच पित रहाता.'

शामनाथ थोडे चिडून आणि हात झटकत बोलले, चांगली ती बंधूकडे चालली होती. तू चांगूलपणा सिद्ध करायला मध्येच तोंड मारलेस !'

व्वा ! तुम्ही आणि तुमच्या आणि आईच्यामध्ये मी कशाला वाईट होऊ ? त्या आणि तुम्ही बघून घ्या.

श्री शामनाथ गप्प राहिले. ही वेळ भांडायची नव्हती, समस्यावर उपाय शोधायची होती. त्यांनी मागे वळून आईच्या खोलीकडे पाहिले. खोलीचा दरवाजा व्हराड्यात उघडत होता. व्हराड्याकडे पहात पटकन म्हणाले, मी ठरवले आहे, आणि तसेच आईच्या खोलीच्या बाहेर उभे राहिले. आई भिंतीवर एका टपावर बसली होती, तिचा चेहरा आणि डोके स्कार्फने गुंडाळलेला होता, जपमाळ होती हातात तिच्या. सकाळपासूनची तयारी पाहून तिलाही धस्स घालं होतं. मुलाच्या ऑफिसातला मोठा साहेब घरी येणार होता, सगळी कामं सुरळित पार पडू दे.

'आई, तू आज लवकर जेवन करून घे. पाव्हूणे सात वाजता येणार आहेत.'

आईने हळूच तोडावरून रूमाल काढला आणि मुलाकडे पाहून म्हणाली, आता मी जेवन करणार नाही, बेटा, तुला तर माहीत आहे वसाट बनल्यावर मी काही जेवत नसते.'

बेटा, 'काहीही असो, लवकर आवर.'

''आणि आई, आम्ही आधीच बैठीत बसू. तितक्या वेळातच तू व्हराड्यात बस. नंतर जेव्हा आम्ही इथे येऊ, तू बाथरूममधून तुझ्या खोलीत जा.''

अवाक मुलाचा चेहरा आई पाहू लागली आणि नंतर हळूच बोलली, ''बरं बेटा.''

आणि आई आज लवकर झोपी जाऊ नकोस. तुझ्या घोरण्याचा आवाज दूरपर्यंत येतो.''

आई वरमल्या स्वरात म्हणाली, काय करणार बेटा, माझ्या हातात नसलेली गोष्ट आहे. आजारातून बरी झाल्यापासून नाकातून श्वास घेता येत नाही.'

मिस्टर श्यामनाथने व्यवस्था तर केली, परंतु त्यांची धडपड काही संपली नाही. अचानक त्याचा बॉस तिथे धडकला तर ? आठ दहा पाहूणे असतील सोबत त्यांच्या, देशी अधिकारी, त्यांच्यासोबत बायका असतील, कोणी बाथरूमकडे गेले तर. तो

वैतागाने आणि रागाने अस्वस्थ झाला. एक खुर्ची उचलून व्हराड्यांत ठेवत तो बोलला, आई, इकडे ये आणि इथे बस जरा."

आई जपमाळ सांभाळत, साडी ठीक करीत उठली, आणि हळूच येऊन खुर्चीवर बसली.

असे नाही आई, "ही खाट नाही पाय सोडून बसायला."

आईने पाय खाली घेतले.

आणि कृपा करून अनवाणी पायाने फिरू नकोस. किंवा ते खडाऊ घालून इकडे तिकडे फिरू नकोस. एखाद्या दिवशी तुझे ते खडाऊ बाहेर फेकून देईल.

आई गप्प राहिली.

जे आहे ते घालीन बेटा, तू जसे म्हणशील तसं करीन.'

मिस्टर श्यामनाथ तोंडात सिगारेट ठेवून, पुन्हा अर्धउघड्या डोळ्याने आईकडे पहात राहिला, आणि आईच्या कपड्यांचा विचार करू लागले. शामनाथला सगळं काही व्यवस्थित पाहिजे होते. घराचा सर्व कारभार त्याच्या हातात होता. खोल्यामध्ये खुंटी कुठे असावी, पलंग कुठे ठेवावा, कोणत्या रंगाचे पडदे असावेत, टेबल किती मोठे असावेत, श्यामनाथला चिंता होती की बॉसची आणि आईची गाठभेठ झाली तर लज्जीत होण्याची वेळ येऊ नये. आईकडे डोक्यापासून पायापर्यंत पहात म्हणाला, "तू पांढरा शर्ट आणि सलवार परिधान कर आई. परिधान तर करून ये आई.'

आई हळूच उठली आणि कपडे परिधान करायला तिच्या कपाटाकडे गेली.

या आईचं काय करावं काय समजेना, मग तो त्याच्या बायकोला इंग्रजीत बोलला, "तुझ्याकडे काही मार्ग असेल तर सांग, जर काही उलट सुलट झालं, बॉसला वाईट वाटलं तर सगळी गडबड होऊन जाईल."

आई पांढरा शर्ट आणि पांढरी सलवार परिधान करून बाहेर आली. वाळलेले शरीर पांढऱ्या कपड्यात लपेटल्या गेले. अंधूकसे डोळे, पांढरे झालेले केस पदराखाली झाकून गेलेत. आधीपेक्षा बरी दिसत होती.

"चला, हे काही कमी नाही. बांगड्या वगैरे असतील तर त्या पण घालून घे. काही हरकत नाही.'

"बांगड्या कोठून आणू बेटा ? तुला तर चांगले माहित आहे सगळे दागिने तुझ्या शिक्षणासाठी विकले होते."

हे वाक्य श्यामनाथला बाणाप्रमाणे लागले. चिडून बोलला, हे कसलं आडव्यात बोलतेस आई, सरळ सांग ना दागिने नाहीत म्हणून.' त्याचा शिक्षणासोबत काय

संबंध? जे दागिने विकले त्यामुळेच काहीतरी बनलोय, बिनकाम्या म्हणून तर परत आलो नाही ना ! जितके खर्च केलेस त्याच्या दोनपट परत माग."

तुला दागिने मागितले तर माझ्या जिभेला आग लागेल बेटा, माझ्या तोंडून सहज निघून गेले. दागिने असते तर परिधान केले असते इतकेच !'

सोडे पाच वाजून गेले होते. अजून श्यामनाथला अंघोळ वगैरे करून तयार व्हायचे होते. बायको कधीपासून तिच्या खोलीत गेली होती. शामनाथ जाताना आईला एक सल्ला देवून गेले, "आई, रोजच्याप्रमाणे शांत बसून राहू नकोस. बॉसची आणि तुझी गाठभेट झाली आणि त्यांनी काही विचारले तर चांगले बोल."

"मी काही शिकलेली थोडीच आहे, मी काय बोलणार ? तू सांगून टाक, आई अनपढ आहे. तिला काही समजत नाही, ते विचारणार नाहीत."

सात वाजते आले तसे आईचे हृदय धडधडू लागले. बॉस समोर आला आणि त्याने काही विचारले तर काय बोलायचं. इंग्रजांना तर दूरवर पाहूनच घाबरी होते, हा तर अमेरिकन आहे. माहीत नाही काय विचारील. मी काय बोलणार. आईला वाटले की गुमान शेजारच्या विधवा मैत्रिणीकडे निघून जावे. परंतु मुलाचा आदेश कसं टाळू शकत होती. गुमान खुर्चीवर बसून राहिली.

जास्त दारू म्हणजे चांगली पार्टी असा अर्थ रूढ आहे. शामनाथची पार्टी या अर्थाने जोरदार झाली. ज्या रांगेत ग्लास भरल्या जात होते, चर्चा तिकडेच ओसडून वहात होती. कुठेही कसलाही अडथळा नव्हता, काही समस्या नव्हती. मॅडमला पडदे पसंत आले होते. सोफा कव्हरचे डिझाइन आवडले होते. खोलीची सजावट आवडली होती. यापेक्षा अधिक काय असतं. ड्रिंक्सच्या दुसऱ्या फेरीतच साहेब जोक्स आणि चुटकुले सागू लागले होते. ऑफिसात जितका रूबाब करायचे इथे तितकेच मैत्रिपूर्ण झाले होते आणि त्याची बायको काळ्या रंगाचा गाऊन, गळ्यात पांढऱ्या मोत्याची माळ, सुंगध आणि पाऊडरच्या दर्पाने भरलेली, खोलीत बसलेल्या सर्व स्त्रीयांसाठी आदर्शाचा पुतळा बनली होती. वाक्यागणिक हसायची, वाक्यागणिक मान हालवायची आणि शामनाथच्या बायकोसाबत तर अशी बोलायची जणू तिची ती जुनी मित्र होती.

आणि याच रांगेत पिता पिता साडे दहा वाजले. वेळ कसा गेला माहीत झाले नाही.

शेवटी सर्वांनी त्यांच्या ग्लासातला शेवटचा घोट पिऊन जेवनासाठी उठले आणि बैठीच्या बाहेर गेले. पुढे शामनाथ रस्ता दाखवत होता, मागे बॉस आणि दुसरे पाहूणे.

व्हराड्यात पोहचताच शामनाथ अचानक स्तब्ध झाला. जे दृष्य त्याने पाहिले, त्याने त्याचा तोल गेल्यासारखा होता, आणि क्षणभर नशा उतरल्यासारखे झाले. व्हराड्यात आई खुर्चीवर जसे सांगितले होते तशी बसली होती. पण दोन्ही पाय खुर्चीवर ठेवून आणि डोके डावीकडून उजवीकडे आणि उजवीकडून डावीकडे हेलकावे खात होते आणि तोंडातून जोराने घोरण्याचा आवाज येत होता. ज्यावेळी मान दुसऱ्या अंगावर होई घोरने देखील जोरदार चाले. आणि ज्यावेळी मध्येच जाग आल्यावर, तर मान इकडून तिकडे वळवल्या जायची. अंगावरून पदर खाली सरकला होता, आणि आईचे ते पांढरे झालेले केस, अर्ध्या टकलावर केस अस्तव्यस्त पसरलेले.

हे पाहून शामनाथला राग आला. असे वाटले की आईला जागे करावे आणि तिला आतल्या खोलीत पाठवावे, परंतु असे करणे शक्य नव्हते, बॉस आणि दुसरे पाहूणे बाजूलाच उभे होते.

आईला पाहून स्थानिक अधिकऱ्याच्या बायका हसल्या पण तितक्यात बॉस म्हणाले, 'पुअर डियर !'

आई गोंधळनू जागी झाली. समोर इतक्या लोकाना पाहून अशी घाबरली की काय बोलावं समजेना. झटकन पदर डोक्यावर घेऊन उठून उभी राहिली आणि खाली पाहू लागली. तिचे पाय लटपटू लागले आणि हाताची बोटे थरथरू लागले.

आई, तू जा झोपी जा, तू का जागी होतीस इतका वेळ ? आणि पडलेल्या चेहऱ्याने शामनाथ बॉसच्या चेहऱ्याकडे पाहू लागला.

बॉसच्या चेहऱ्यावर हास्य होतं. ते त्याच ठिकाणाहून 'नमस्ते !' असं म्हणाले.

आईने संकोच करीत आपले दोन्ही हात जोडले. पण दुसऱ्या हाताने तिने जपमाळ धरली होती. दुसऱ्या एका हाताने तिला ठीक नमस्ते पण करता आले नाही. शामनाथला याचे पण दु:ख वाटले.

इतक्यात बॉसने त्यांचा उजवा हात, तिचा हात हातात घेण्यासाठी पुढे केला. आई अधिकच घाबरली.

आई, 'हातात हात घे.'

पण हातात हात कसा घेणार, डाव्या हातात तर जपमाळ होती. गडबडीत आईने डावा हातच बॉसच्या हातात दिला. शामनाथचा जळफळाट झाला. स्थानिक अधिकाऱ्यांच्या बायका खळखळून हसल्या.

"असे नाही आई, उजवा हात हातात देतात, उजवा, उजवा पुढे कर."

परंतु तोपर्यंत बॉस आईचा डावा हातच हातात घेऊन 'हाऊ डू यू डू ?' असं म्हणते होते.

"आई म्हण, मी बरी आहे."

आई बरीच गोंधळली.

"आई म्हणतेय ती बरी आहे. म्हण ना आई, हाऊ डू यू डू.'

आई संकोच करीत कशीतरी म्हणू शकली, हौ यू डू."

पुन्हा एकदा जोराचे हास्य झाले.

वातावरण हलके होऊ लागले. बॉसने सावरले होते. लोकांनी हसण्यावर नेले. शामनाथच्या मनाला झोंबलेलं कमी होऊ लागलं होतं.

बॉसच्या हातात अजूनही आईचा हात होता आणि संकोच करीत होती. बॉसच्या तोंडातून दारूचा दर्प येत होता.

शामनाथ इंग्रजीत बोलले, माझी आई खेड्यातली आहे. आयुष्याभर खेड्यात राहिली. म्हणून तुम्हाला ती लाजते आहे.

याचा बॉसला आनंद झाला. खरं ? मला खेड्यातील माणसं खूप आवडतात. मग तर तुमच्या आईला गावाकडचे गाणी आणि नृत्य देखील माहीत असेल. बॉस तिच्याकडेच टक लावून पाहू लागले..

आई, बॉस म्हणत आहेत, एखादं गाणं ऐकवं. एखादं जुणं तुला तर कितीतरी येत असतील."

आई हळू आवाज म्हणाली, "मी काय गाणार बेटा, मी कधी गायले आहे का ?"

बरं आई, पाहूण्यांना कोणी नाराज करता का ? बॉसने इतकी विनंती केली आहे तर, नाही गायले तर बॉसला वाईट नाही का वाटणार ?'

स्थानिक अधिकाऱ्यांच्या बायकांनी या प्रस्तावावर टाळया वाजवल्या. आई कधी विवश नजरेने मुलाकडे तर कधी सुनेकडे पहात असे.

इतक्यात मुलाने आदेशवजा स्वरात म्हटले, "आई !"

त्यानंतर हो किंवा नाही हा विषयच नव्हता. आई बसली आणि क्षीण, खोल आवाजात जुने लग्नाचे गाणे गाऊ लागली.-

हरिया नी माए, हरिया नी भौणे
हरिया ते भागी भरिया है !

देशी बायका जोराने हसल्या. तीन ओळी गाऊन आई गप्पा बसली.

व्हराड्यात टाळ्यांचा कडकडाट झाला. बॉसचं टाळ्या वाजवणं थांबत नव्हतं. शामनाथची नाराजी प्रसन्नतेमध्ये रूपातंरीत झाली होती. आईने पार्टीत जीव ओतला होता.

टाळ्या थांबल्यावर बॉस म्हणाले, पंजाबच्या गावांतली हस्तकला काय आहे?' शामनाथ आनंदले होते. म्हणाले, "होय, बरेच की साहेब, मी त्या वस्तूचा एक सेटच तुम्हाला देईल. ! तुम्हा आवडेल तो."

परंतु बॉसने मान हालवून पुन्हा विचारले, 'नाही, मी दुकानातील वस्तू नाही मागत, पंजाबी लोकांच्या घरात काय बनतं ? स्त्रीया काय बनवतात घरी ?"

शामनाथ कसला तरी विचार करीत म्हणाले, "मुली बाहुल्या बनवतात आणि फुलकरी."

फुलकरी काय आहे ?

शामनाथने फुलकारीचा अर्थ सांगण्याचा निरर्थक प्रयत्न केल्यांनतर आईला म्हणाला, काय आई, जुनी फुलकारी घरी आहे ?'

आई गुमान आत गेली आणि घरातली जुनी फुलकारी घेऊन आली.

बॉस मोठ्या आवडीने फुलकारी पहायला लागले. जुनी फुलकारी होती. जागो जागी तिचे धागे निघाले होते आणि कपडा फाटू लागला होता. बॉसची आवड पाहून शामनाथ बोलले, ही फाटलेली आहे, साहेब, मी तुम्हाला नवी तयार करून देईल. आई देईल बनवून. काय आई, साहेबांना फुलकरी फारच पसंत आहे, त्यांना अशीच एक फुलकरी बनवून दे."

आई गप्पच होती. नंतर घाबरत घाबरत बोलली, आता मला कुठे दिसतय बेटा ! गेलेल्या डोळ्याने काय पहाणार ?'

पण आईचं वाक्य पूर्ण होऊ न देता शामनाथ बोलले, ती देईल बनवून, तुम्हाला आवडेल ते.'

बॉसने मान हालवली, धन्यवाद दिला आणि तिरक्या चालीने खाण्याच्या टेबलाकडे गेले. उर्वरीत पाहूणेही त्यांच्यामागे गेले.

ज्यावेळी पाहूणे बसले आणि आई हा त्यांचा विषय राहिला नाही, तेव्हा आई हळूच खुर्चीवरून उठली, आणि सर्वांच्या नजरा चुकवित तिच्या खोलीत निघून गेली.

परंतु खोलीत बसते ना बसते तोच डोळयातून अश्रूंच्या धारा वाहू लागल्या. ती वारंवार पदराने पुसत असे. पण ते पुन्हा पुन्हा येत असत. जणू अनेक वर्षांचा बांध तोडून आले आहेत. आईने अनेकदा मनाला समजावलं, हात जोडले, मुलाच्या दीर्घायु

होण्याबद्दल प्रार्थना केली, अनेकदा डोळे बंद केले, परंतु अश्रू थांबण्याचं नाव घेत नव्हते.

मध्यरात्रीची वेळ असेल. पाहूणे एक एक करून जाण्याच्या तयारीत होते. आई भिंतीला टेकून भिंतीला टक लाऊन पहात होती. घरच्या वातावरणातला तणाव कमी झाला होता. गल्लीतली शांतता शामनाथच्या घरी पण आली होती. फक्त स्वयंपाक घरातून भांड्यांचा आवाज येत होता. तशात आईच्या खोलीचा दरवाचा अचानक वाजवल्या गेला.

आई, "दरवाजा उघड."

आईला धस्स झालं, खडबडून उठली. काय माझ्याकडून पुन्हा काही चकू झाली ? आई किती वेळ स्वतःला दोष देत होती की तिला काही झोप आली, का ती घोरायला लागली. काय मुलाने अजून माफ नाही केलं ? आई उठली आणि थरथरत्या हाताने दरवाजा उघडला.

दरवाजा उघडताच शामनाथ आनंदले आणि आईला मिठीत घेतले. हे आई ! तू आज कमाल केलीस ! बॉस तुझ्यावर इतके खुश आहेत की काय सांगू. हे आई ! आई !"

छोटासा देह मुलाच्या मिठीत नाहीसा झाला होता. आईच्या डोळ्यात पुन्हा अश्रू आले. त्यांना पुसत हळूच बोलली, बेटा, तू मला हरिद्वारला पाठव, मी कधीपासून म्हणत आहे."

शामनाथचे खुश होणे थांबले आणि त्याच्या कपाळावर पुन्हा तणावाच्या आठ्या दिसू लागल्या. मिठीतून त्यानं आईला सोडलं.

काय म्हणालीस आई, "तू हे काय लावलेस ?"

शामनाथला राग आला होता, म्हणाला, "तुला माझी बदनामी करायची आहे, म्हणजे जग म्हणेल की मी तुला सांभाळू शकलो नाही."

नाही बेटा, तुम्ही दोघं तुमच्या मनासारखं जगा. मी माझं जगून घेतलं आहे. आता इथं काय करणार ? जे काही दिवस उरलेत ते ईश्वरासाठी देईल. मला हरिद्वारला पाठव !"

तू निघून गेलीस तर फुलकरी कोण तयार करील ? तुझ्या समोरच बॉसला फुलकरी देण्याचा शब्द दिला आहे."

"मला आता दिसत नाही, मी कशी तयार करणार फुलकरी. तू कोणाकडून तरी बनवून घे."

आई, तू मला धोका देऊन अशीच निघून जाणार ? माझं होत असलेलं काम करणार नाहीस ? माहीत नाही, साहेब खुश होतील, तर मला बढती मिळेल !'

आई गप्प बसली. मग मुलाच्या चेहऱ्याकडे पहात म्हणाली, तुझी प्रगती होईल का ? बॉस तुला बढती देईल का ? त्यांनी तसे सांगितले आहे का ?"

सांगितले नाही, पण पहिले नाहीस किती खुश होता, म्हणत होते, तुझी आई फुलकरी तयार करायला लागली की मी पहायला येईल. बॉस जर खुश झाले तर मला बढती देखील मिळू शकते. मोठा अधिकारी देखील बनू शकतो. "

आईच्या चेहऱ्याचा रंग बदलू लागला, हळूहळू तिच्या सुरकुत्या पडलेल्या चेहरा फुलू लागला. डोळ्यात थोडू चमक दिसू लागली.

"मग तुझी प्रगती होईल मुला ?"

प्रगती अशी होईल, जर मी बॉसला खुश ठेवले तर, नाहीतर त्यांना खुश ठेवणारे आणखी बरेचजण आहेत."

"तसे असेल तर मी तयार करील, मला जशी शक्य आहे तशी."

आणि पुन्हा मनातल्या मनात आपल्या मुलाला उज्जवल भविष्यासाठी शुभेच्छा देऊ लागली आणि श्री शामनाथ, आता झोपी जा आई, म्हणत, थोडं लडखडत त्यांच्या खोलीत निघून गेले.

९.

गुल की बन्नो

-धर्मवीर भारती

'हे माझ्या काळतोंड्या' अचानक घेघा आत्याने कचरा फेकण्यासाठी दरवाजा उघडला आणि चौथऱ्यावर गात असलेल्या मिरवाला पाहून म्हटले, तोरे पेट में फोनोगिराफ उलियान बा का, जौन भिनसार भवा कि तान तोडै लाग ? राम जानै, रात के कैसन एकरा दीदा लागत है !' घेघा आत्या सगळा कचरा डोक्यावर टाकणार नाही, या भीतीपोटी मिरवा थोडा बाजूला झाला, आणि घेघा जशीही आत गेली, पुन्हा चौथऱ्याच्या सीडीवर बसून पाय मोकळे सोडून त्याने उलटे सुटले गायला सुरूवात केली, 'तुमे बछ याद कलते अम छनम तेरी कछम !' मिरवाचा आवाज ऐकून माहीत नाही कुत्रे पण शेपटी हालवत दाखल झाले आणि खाली रस्त्यावर बसून मिरवाचे गाणे अगदीच त्या अंदात ऐकू लागले जसे की हिज मास्टर्सच्या पोस्टर्सवर चित्र असतं.

आता सर्व गल्लीत शांतता होती. सर्वप्रथम मिरवा (खरं नाव मिहिरलाल) जागी होत असे आणि डोळे चोळत घेघा आत्याच्या ओट्यावर येऊन बसत असे. त्यानंतर कुत्रे, नंतर मिरवाची लहान बहिण मटकी आणि त्यांनतर गल्लीतली सगळी मूलं- भंगारवाल्याचा मुलगा मेवा, ड्राइव्हरची मुलगी निरमल, मॅनेजर साहेबाचा मुन्ना बाबू- सगळे गोळा होत असत. जेव्हापासून गुल्कीने घेघा आत्याच्या ओट्यावर खाऊचे दुकान थाटले होते, तेव्हापासून हा गोतावळा जमत असे. यापुर्वी मूलं हकीमजीच्या ओट्यावर खेळत असत. सकाळ होताच गुल्की खाऊचे सामान विकत घेऊन कुबड्या पाठीवर ते टाकून, काठी टेकवत येई आणि तिचे दुकान थाटत असे. मूली, लिंबू, कद्दू, काकडी, गाजर, कधी कधी स्वस्त फळ ! मिरवा आणि मटकी जानकी उस्तादची मूलं होती जे एका भयंकर रोगमुळे गळून गळून मेले होते आणि मुले पण विकलांग,

विक्षिप्त आणि रोगग्रस्त पैदा झाले होते. झबरी कुत्रे सोडले तर त्यांच्याजळ कोणी बसत नव्हते आणि गुलकी सोडून त्यांना कोणी दुकानात किंवा ओट्यावर बसू देत नव्हते.

आज पण गुलकीला येताना पाहून आधी मिरवा गाणे सोडून, सलाम गुलमी ! आणि मटकी तिच्या वाढलेल्या पोटावरून खाली जाणारी चड्डी सावरत बोलली, एक ठो मूली दै देव !'–गुलकी माहित नाही कशामुळे नाराज होती की तिने मटकीला झिडकारले आणि तिचे दुकान थाटू लागली. झबरी जवळ जाताच गुलकीने काठी उगारली. दुकान थाटून तिनं कुबड्या पाठीची सुटका केली आणि माहीत नाही कोणाला शिव्या देत होती. मटकी थोडी शांत राहिल्यावर तिने तिची मागणी पुढे केली, एक मुली ! एक गुलकी !... गुलकीने पुन्हा झिडकारल्यावर गप्प झाली आणि बाजूला होऊन विवश नजरने पांढऱ्या धुतलेल्या मुळीकडे पाहू लागली. आता ती काहीच बालली नाही. फक्त त्या गाजराकडे हात पसरवला तोच गुलकी ओरडली, हात बाजूला कर. हात लाऊ नकोस. कोढिन कहीं की ! खाण्यापिण्याची वस्तू पाहिली की लागली माकडासारखी चिटकायला. हो बाजूला ! मटकी आधी तर बाजूला झाली पण तिची ईच्छा इतकी तीव्र होती की तिने हात पुढे करून एक गाजर उचललीच. गुलकीचे तोंड सुटले आता तिने वळूची छडी उचलून तिच्या हातावर मारली ! गाजर खाली पडली आणि हाय ! हाय ! करीत दोन्ही हात झटकत मटकी पाय पटकत पटकत रडू लागली. 'जा तुझ्या घरी जाऊन रड. माझ्या दुकानावर गल्लीभरची लेकरं आहेत." गुलकी ओरडली !' जागा देऊन आम्ही आम्ही फुकटची भांडणं विकत घेतलीत, थोडावेळ देवाचे नाव घ्यावे तर यांची वचवच चालू रहाते. आतून घेघा आत्याने भर घातली. भारीच गडबड झाल्यावर झबरी उठली आणि लागली मोठ्याने भुंकायला. लेफ्ट राइट ! लेफ्ट राइट ! चौकात तीन चार मुलांची झुंड चालून येत होती. पुढे 'ब' वर्गात शिकणारा मुन्ना बाबू लिंबाची छडी झेंड्यासारखी धरून मोर्चाचे नेतृत्त्व करीत होता, मागे होते मेवा आणि निरमल. मोर्चा येऊन दुकानासमोर थांबला. गुलकी सतर्क झाली. शत्रुची ताकद वाढली होती.

मटकी खेकसत खेकसत बोलली, हमको गुलकी मारिस है. हाय ! हाय ! हमको नरिया में ढकेल दिहिस. अरे बापरे !" निरमल, मेवा, मुन्ना, सगळे जवळ येऊन तिची जखम पाहू लागले. नंतर मुन्नाने सगळ्यांना मागे ढकलले आणि छडी घेऊन ताठून उभा राहिला. "कोणी मारले हिला !'

"मी मारले !' कुबड्या गुलकीने कसबसं उभा रहात म्हटलं, काय करशील ? मी मारणार ! मारणार !'

"मारू नाहीतर काय करू ? मुन्ना बाबूने भावखात म्हटले. गुलकी काही बोलणार तोच मुलांनी घोळका केला. मटकीने जिभ काढून तोंड वेंगाडले, मेवा पाठीमागे गेला आणि म्हणाला, "ए कुबडे, ए कुबडे, दाखव तुझे कुबड !" एक मुठभर माती तिच्या पाठीवर टाकली आणि पळाला. गुलकीचा चेहरा तडफडला आणि रडवेल्या गळ्याने माहीत नाही काय पुटपुटली. परंतु तिच्या चेहऱ्यावर भीतीचे सावट गडद दिसत होते. सगळी मुलं मुठभर माती घेऊन ओरडत पळाले तोच अचानक घेघा आत्याचा आवाज ऐकू आला, 'ए मुन्ना बाबु, जात हौ कि अबहिन बहिनजी का बुलवाय के दुई-चार कनेठी दिलवाई !' "हे काय निघालोतच !' मुन्ना घाबरत बोलला, "ए मिरवा, बिगुल वाजवा." मिरवाने दोन्ही हाताने तोंडावर ठेवून बिगुलसारखा आवाज काढला. मोर्चा पुढे निघाला आणि कॅप्टनने घोषणा केली.

आपल्या राज्यात आपले दुकान

गुलकीच्या दुकानावर बहिष्कार !

घोषणा देत मोर्चा गल्लीत वळला. कुबडीने अश्रू पुसले, भाज्या वरचा कचरा झटकला आणि सागवर पाण्याचा सिडकावा करू लागली.

गुलकीचे वय अधिक नव्हते. फार झाले तर पंचवीस सव्वीस. परंतु चेहऱ्यावर सुरकुत्या दिसू लागलया होत्या आणि कमरेत ती अशी वाकली होती की जणू अंशी वर्षाची म्हतारी. मुलांनी तिला ज्यावेळी पहिल्यांदा गल्लीत पाहिले, त्यांना भीती पण वाटली आणि नवल पण. कोठून आली ? कशी आली ? आधी कुठे होती ? याचा त्यांना काही अंदाज नव्हता. निरमलने त्याच्या आई-वडीलांना असे बोलताना ऐकले होते, "ही समस्या पुन्हा उत्पन्न झाली आहे, नवऱ्याने घराबाहेर काढले तर आपण रिकामे आहोत तिचे ओझे वहायला. बापाने आपलेच पैसे गायब केले ते वेगळेच. वडील गेल्याचे समजल्यावर आम्ही हे घर ताब्यात तर घेणार नाहीत, या भीतीने नवऱ्याला सोडून आली इकडे. खबरदार तिला चावी दिली तर !"

"शोभतं का असं बोलायला ! तिच्या बापाने रूपये गायब केले म्हणून आपण तिचं घर ताबयात घ्यायचं का ? चावी मी दिली आहे. पाच दहा दिवसाचे अन्न पाणि पाठव तिच्या घरी."

हा हा घरातंल सगळं देऊन टाका तिला. ऐकत आहात ना घेघा आत्या !"

"तो का भवा बहू, अरे निरमल के बाबू से तो एकरे बाप की दांत काटी रही." घेघा आत्याचा आवाज आला,"बिचारी बापाला एकुलती एक होती. हिच्याच लग्नामुळे कंगाल झाला. परंतु अशा खाटकाच्या हातात दिले की पाच वर्शातच तिचे कुबड निघाले."

"साला इकडे आला तर चाबकाने फोडून काढीन त्याला मी.' ड्राइव्हर साहेब बोलले, पाचं वर्षांनतर मुल बाळ झालं. त्यात ते निघालं मृत तर त्यात तिचा काय दोष! साल्याने सीडीवरून ढकलून दिले. आयुष्यभरासाठी कुबडी झाली बिचारी ! कसं आयुष्य जाणार तिचं ?"

"बेटा इथं दुकान चालू कर, माझा ओटा रिकामाच आहे. एक दोन रूपये भाडे दे म्हणावं, दिवसभर कर म्हणावं धंदा. मी कुठे नाही म्हटले आहे. इतका मोठा ओटा गल्लीतल्या लोकांच्या उपयोगी पडला नाही तर त्याला काय उरावर घ्यायला ठेवलय का ! पण हो, गाजर, मुळा, रुपये देत रहावा.'

दुसऱ्या दिवशी हि खळबळजनक बातमी मुलांमध्ये पसरली. तसा तर हकिमजीचा ओटा रिकामाच होता, पण तो कच्चा होता, त्याच्यावर सिंमेटचा थर नव्हता. आत्याचा ओटा लांब होता, त्यावर दगडं होती लहान लहान. लाकडाचे खांब होते, त्यावर चटई टाकली होती. अनेक गोष्टीसाठी सोयीचं होतं. खांबाच्या मागे खिळे कांटे याची रेषा ओढल्या जाऊ शकत होती. एका टांगेवर उभा राहून मुलं उड्या मारीत खेळू शकते होते. दगडावर लाकडावर ठेवून खाली वळवलेली तार घुसवून रेल्वेगाडी चालवू शकत होते. गुलकीने ज्यावेळी तिचे दुकान थाटण्यासाठी बाबूं उभारले तेव्हा मुलांना कुणीतरी अज्ञात शत्रुने त्यांच्या साम्राज्यावर हल्लाच केला असे मुलांना वाटले. ते नाराज होऊन कुबड्या गुलकीकडे पहात होते. निरमल ही त्यांची एकमेव संवादाता होती आणि निरमलची एकमेव विश्वासू होती तिची आई. तिने जे ऐकले होते, त्यावर आधारीत तिने सगळ्यांना सांगितले होते. तिचा बाप शंभर रूपये घेऊन पळाला. ती पण त्यांच्या घरचे सर्व रूपये चोरून घेऊन जाण्यास आली आहे.

"रूपये चोरून पळाली तर ही पण मरेल." मुन्ना म्हणाला, भगवान सगळ्यांना शिक्षा देतो." निरमल म्हणाली, सासरकडेही रूपये चोरले असतील.' मेवा म्हणाला, अरे ते कुबड नसेल, तिथे रूपये बांधले असेल. तिच्या माणसाचा रूपया आहे."

"खरंच ?' निर्मलने अविश्वास दर्शवत म्हटले. आणि नाही ते कुबड नाहीच. दाखवायला आहे ते." मुन्नामुळे उत्साहीत झालेला मेवा विचारणारच होता तोच साबणवाली सत्ती उभी राहून बोलू लागली आहे. गुलकीला सांगू लागली होती, चांगलं केलंस तू !

कष्टाने दुकान सुरू कर. आता थुकायला पण जाऊ नकोस तिकडे. हरामजादा, कर म्हणावं दुसरी बायको, दहा कर म्हणावं. सगळं पाप त्याच्या माथ्यावर येईल. इथे कधी आला तर सांग मला. याच चाकुने दोन्ही डोळे काढील त्याचे."

मुले घाबरून मागे झाले. चालता चालता सत्ती म्हणाली, कधी कशाची गरज पडली तर साग ताई !"

काही दिवस मुले घाबरून राहिले. पण अचानक मुलांना हे समजेल की कुबडी सत्तीला घाबरविण्यासाठी बालावत असते. यामुळे आगीत तेल ओतण्याचे काम झाले. पण करू काय शकत होते. शेवटी त्यांना एक कल्पना सुचली. ते एक म्हतारीचा खेळ खेळत होते. त्याचा शोध त्यांनीच लावला होता. मटकीला लेमन ज्यूस देण्याचे अमिष देवून कुबडी बनवले. ती तशीच कुबड बाहेर काढून चालू लागली. मुलांनी प्रश्न विचारायला सुरूवात केली.

"कुबडी कुबडीचा हेराना ?"

"सुई हिरानी."

"सुई घेऊन काय करणार."

"कंठा शिवणार."

"कंठा शिवून काय करणार ?"

"लाकडी आणणार.'

'लाकडे आणून काय करणार ?'

"भात शिजवणार."

"भात शिजवून काय करणार?"

"भात खाणार."

"भाताऐवेजी लात दिल्यावर."

कुबडी बनलेली मटकी काही बोलण्यापुर्वीच ते तिला जाराने लात मारत आणि मटकी तोंडावर पडत असे. कोपरावर आणि गुडघ्याला मार लागत असे, डोळयात अश्रू येत असे आणि ओठ दाबून ते रडू आवरत असे. मुले आंनदाने ओरडत. मारून टाकले कुबडीला. मारून टाकले कुबडीला." गुलकी हे सगळं पाहाते आणि तोंड वाकडे करते.

एका दिवशी अशाप्रकारे मटकीला कुबडी बनवून गुलकीचे दुकानाच्या समोर घेऊन गेले, मटकी काही बोलणार तोच तिने नकळत असा धक्का दिला की तिला सावरायला पण संधी मिळाली नाही आणि सरळ तोंडावर पडली. नाक, ओठ आणि

भूवया रक्तबंबाळ झाल्या. ती हाय हाय करीत अशी ओरडली की कुबडी मेली, कुबडी मेली म्हणून ओरडणारी मूलं लाजली. अचानक तिने पाहिले की गुलकी उठली आहे. ते जीव घेऊन पळाले. परंतु गिलकी उठून आली. मटकीला कुशीत घेऊन तिला पाणि पाजले. तिचे तोंड धुतले आणि पदराने रक्त पुसू लागली. मुलांचा गैरसमज झाली की ती मटकीला मारू लागली आहे. किंवा काय करू लागली आहे, ते तिच्यावर अचानक तुटून पडले. गुलकीचा आवाज ऐकून गल्लीतले माणसं धावत आले, त्यांनी पाहिले गुलकीचे केस विस्कटलेले आहेत आणि दातातून रक्त वहात आहे. सगळं दुकान अस्तव्यस्त झाले आहे. घेघा आत्याने उठवलं, साडी ठीक केली आणि बिघडून बोलली, औकात तर कवडीची नाही, आणि तेहा पौवा भर. वेळ पाहून गप्प बसू वाटत नाही. कुठे मुलांच्या नादी लागायचं ? लोकांनी विचारले तर काही बोलली नाही. जणू अंगावरून वारं गेलय. तिने गुमान तिचे दुकान ठीक केले आणि दातातून येणारे रक्त पुसले आणि पाण्याने गुळणा केला.

त्यांनतर मुले त्यांच्या कृत्याने चांगलेच वरमले. बरेच दिवस ते शांत होते. आज ज्यावेळी मेवाने तिच्या पाठीवर माती फेकली तर ती चांगलीच चवताळली पण माहित नाही का गप्पा राहिली आणि ज्यावेळी घोषणा देणारा मोर्चा बाजूच्या गल्लीत वळला, तेव्हा तिने अश्रू पुसले, पाठीवरची धूळ झटकली आणि सागावर पाणि सिंपडू लागले. मुलं आहेत की गल्लीतले राक्षस !' घेघा आत्या बोलली. "त्यांना कशाला कोसतेस आत्या ! माझेच नशीब फुटले आहे ! गुलकीने दीर्घ श्वास घेत म्हटले...

यावेळी अशी झड लागली की पाच दिवस सूर्याचे दर्शन झाले नाही. सगळी मुले घरात कैद होती आणि गुलकी कधी दुकान थाटायची, कधी नाही, तिसऱ्या प्रहरी झडीने राम राम केला. मुले हकिमजीच्या चौकात जमा झाली. मेवाने बिलबोटाच्या बिया आणल्या होत्या आणि निरमलने खाली पडलेल्या निंबोळ्या गोळा करून दुकान थाटली होती आणि गुलकीप्रमाणे आवाज देत होती, खिरा घ्या, मुळी घ्या, काकडी घ्या, गाजर घ्या!' थोड्या वेळात बरेच लेकरं बाळं गोळा झाली. अचानक आवाजाला चिरत आत्याचा आवाज चौकातून गीत गात ऐकू आले, मुलानीं फिरून पाहिले तर मिरवा आणि मटकी गुलकीच्या दुकानावर बसले आहेत. मटकी खिरा खात आहे आणि मिरवा झबरीचे डोके आपल्या मांडीवर ठेवून त्याच्या डोळ्यात डोळे घालून गात आहेत.

मेवा तात्काळ गेला आणि माहीत करून घेतले की गुलकीने दोघांना एक पैसा दिला आहे आणि दोघे मिळून झबरीच्या केसातले किडे काढत आहेत. चौकात वर्दळ

वाढली आहे आणि मुन्ना म्हणाला, 'निरमल ! मिरवा-मटकीला एक पण पैसा देवू नकोस. रहा त्या कुबडीजवळ !"

"होय जी !' निरमलने डोळे मिचकावत गोल तोंड करून म्हटले, माझी आई सांगत राहिली तिला स्पर्श करू नको ! सोबत खाऊ नकोस ! खेळू नको. तिला फार वाईट बिमारी आहे. आक थूं !" मुन्ना तिच्याकडे वाईट तोंड करून थुकला.

गुलकी बसल्या बसल्या सगळं समजत होती आणि जणू या निरर्थक घृणेत तिला आनंद मिळू लागला होता. त्याने मिरवाला म्हटले, "तुम्ही दोघांनी गायले तर एक पैसा मिळेल. खूप जोराने ! भावा-बहिणीने गायला सुरूवात केली-माल कताली मल जाना, पल अकियां किछी से..." अचानक धाडकन दरवाजा उघडला आणि एक लोटा पाणि दोघांच्या वर फेकत घेघा आत्या ओरडली, पळ काळतोंड्या. अबहिन बितौ-भर के नाही ना और पतुरियन के गाना गाबै लगे. न बहन का ख्याल, न बिटिया का. आणि ए कुबडे, मी तुला सांगून ठेवते आम्ही स्वयंपाकघर उघडून बसायला ओटा सुरू केला नाही. हुंह ! निघाले मुजरा करायला."

गुलकीने अंगारचे पाणि झटकत म्हटले, आत्या मुलं आहेत. गात आहेत. कोणती चूक झाली."

अँ हा ! मुले आहेत. तुम्ही तर दूध पिती मुलं आहात. सांगितले की माझ्या तोंडी लागू नकोस. हां ! मी फारच वाईट आहे. एक तर पाच महिन्यापासून किराया नाही दिला आणि हियां दुनिया-भर के अंधे-कोढी बटुरे रहत है. चल काढ तुझे दुकान या ठिकाणाहून. उद्या हितं नाही दिसली पाहिजेस, राम राम ! सगळे अधर्माची औलाद पैदा झालीत या गल्लीत ! धरती फाटून मरतही नाहीत."

गुलकीला काय बोलावं ते समजेना. तिने खरोखरच पाच महिन्यापासून भाडे दिले नव्हते. धंदाच नव्हता होत. गल्लीत तिच्याकडून कोणी काही घेतच नव्हते. परंतु त्यासाठी आत्या तिला जायला सांगेल याचा तिने कधी विचार नव्हता केला. तशीही महिन्यातले वीस दिवस ती उपाशीच झोपत असे. लुगड्याला दहा दहा ठिगळे असायची. घर पडले होते. एका व्हराड्याच्या थोड्या जागेत ती झोपत होती. पण दुकान तिथे नव्हती सुरू करू शकत. तिला वाटले की तिने आत्याचे पाय धरावे. विनंती करावी. परंतु आत्याने जितक्या जोराने दरवाजा उघडला होता, तितक्याच जोराने बंद केली होती. जेव्हापासून चौमास आला होता, वारा वहात होता, तिच्या पाठीत जोरदार कळ उठत होती, तिचे पाय थरथरत होते. धंदा न झाल्याच्या दिवसातले कर्ज तिच्यावर

झाले होते. पण आता काय होईल ? ती निराश होऊन रडायला लागली. इतक्यात काहीतरी खटपट झाली आणि तिने गुडघ्यातून तोंड बाहेर काढत पाहिले की संधी साधून मटकीने एक फळ काढले आहे आणि उपाशी असल्यासारखी तिने खायला सुरूवात केली आहे. एक क्षण ती तिच्या पुढे आलेल्या पोटाकडे पहात राहिली, मग विचार आला की फळ दहा पैशाचे होते, ती उसळली आणि तिन चार चापटी मारत म्हणाली, "चोट्टी ! कुत्रे ! किडे पडतील तुझ्या अंगात." मटकीच्या हातातून फळ पडले, तिने तसेच ते नालीतून उचलत तशीच पळून गेली. ना रडली, ना ओरडली, कारण तोंडही फळाने भरलेले होते. मिरवा चकित होऊ या घटनेकडे पहात होता, तोच गुलकी तिच्यावर तुटून पडली. तिने मिरवाला मारायला सुरूवात केली. पळ, या ठिकाणाहून हरामजादे !' मिरवा माराने विव्हळला, "माझे पैसा तर देवून जा." देतो पैसे, थांब तर जरा." फटाक... फटाक...रडणारा. मिरवा रडत ओट्याकडे पळाला.

निरमलच्या दुकानावर शांतता पसरली होती. सगळं शांतपणे तिच्याकडे पहात होते. मिरवाने येऊन कुबडीची तक्रार मुन्नाकडे केली. आणि वळून म्हणाला, मेवा सांग तर हिला ! मेवा आधी संकोचला, मग फारच हळूवारपणे बोलला, मिरवा तुला बिमारी आहे ना ! तर लोक तुला स्पर्श करणार नाहीत. सोबत नाही खाणार, तू तिकडेच बस दूर."

"मी आजारी आहे मुन्ना ?"

मुन्ना थोडा वरमला, "हो, आम्हाला हात लावू नका. निंबोळ्या घ्यायच्या असतील तर तिकडे बसा, आम्ही फेकून देऊ. समजलं !" मिरवाच्या लक्षात आल्याने त्याने मान हालवली आणि वेगळा जाऊन बसला. मेवाने निंबोळ्या जवळ ठेवल्या आणि जखम विसरून पिकलेल्या निंबोळ्याच्या बिया काढून सोलू लागला. इतक्यात तिकडून घेघा आत्याचा आवाज आला, ए, मुन्ना !' तुम्ही लोक निघून जा ! अबहिन पानी वरून पडले !" मुलांनी वर पाहिले. घेघा आत्या गादीवर पाणि सिंपडत फिरत होत्या. सांडपाण्याचा नाला कचऱ्याने तुंबला होता आणि पाणि तुंबले होते. आत्या जिथे उभी होती तिथेच खाली गुलकीचं दुकान होतं. मुलं तिथून दूर होती, पण मुलांना गुलकीनं ऐकावं म्हणून मुलांसोबत बोलल्या जात होते. गुलकी कण्हत उठली. कुबडामुळे ती खाली पाहू शकत नव्हती. तिने जमिनीकडे पाहिले आणि आत्याला म्हणाली, इकडची नाली का सुरू करीत आहात ? तिकडची सुरू करा ना !"

"इकडची का उघडायची ! तिकडे आमचा चौक आहे ना !"

“इकडे माझी दुकान लागलेली आहे.”

ॲ हं !” आत्या हात वर करीत म्हणाली, दुकान थटलय राणी साहेबांचे ! भाडे द्यायला हिची औकात नाही आणि टर्राय के दायीं नटई में गामा पहिलवानाचा जोर तर पहा ! दुकान लागलाय तर आम्ही काय करावं. नाली तर इथेच उघडणार !”

“उघडच मग पहा !” अचानक गुलकीने तडफडत म्हटले, आज पर्यंत अशा स्वरात बोलताना तिला कोणी पाहिले नव्हते. “पाच महिन्याचे भाडे दिले नाही हे खरे आहे, पण आमच्या घरची धन्नी काढून बसंतूच्या हाताने कोणी विकली ! पश्चिमेकडील दरवाजा मोडून कोणी जाळला ? तुम्ही. मी गरीब आहे. मला बाप नाही तर मग सगळ्या गल्लीने मिळून मारा टाका मला.”

“मी चोर वाटते. अरे काल जन्मलेली.’ आत्या रागाने काहीबाही बोलू लागली होती.

मुले गुमान उभी होते. ते काहीसे घाबरले होते. कुबडीचे हे रूप कोणी अद्याप पाहिले ना विचार केला होता.

हां हां हां तू ड्राइव्हर चाचाने, चाचीने मिळून माझे घर पाडून टाकले. आता माझे दुकान वाहून लावा, मी पण पहाते. गरीबांचा पण देव असतो !’

घे घे घे भगवान आहे तर घे !” आणि आत्याने वेड्यागत धावत जाऊन नालीत जमा झोलेला कचरा लाकडाने ढकलला. सहा इंच माठी धार तिच्या दुकानावर धाड धाड करीत पडू लागली. तरोइयां आधी नालीत पडल्या, नंतर मुळा, काकडी, हिरव्या भाज्या, अद्रक उडीमारत दूर पळाले. गुल्की डोळे फाडून सगळं पहात राहिली आणि नंतर भिंतीवर डोक आदळून हृदय पिळवटून टाकणारा विलाप करू लागली. “अरे माझ्या बापा, तू आम्हाला मागे सोडून का गेलास. हे माझे आई जन्म होताच मला का नाही मारून टाकलेस ! हे धरती माता, मला का तुझ्यात पोटात घेत नाहीस !”

केस मोकळे सोडून आणि ऊर बडवत ती रडत होती आणि गेल्या नऊ दिवसापासून तुबंलेले पाणि धड धड कोसळत होते.

मुले गुमान उभे होते. आजपर्यंत जे काही झाले होते, त्यांच्या लक्षात आले होते. पण आज जे काही घडले होते, त्यांना समजू शकले नाही. पण ते काही बोलले नाहीत. फक्त मटकी तिकडे गेली आणि नालीत वाहून जात असलेली हिरवी काकडी काढू लागली तोच मुन्ना ओरडला. “खबरदार काही चोरलेस तर.” मटकी मागे झाली. मटकी मागे सरकली. ते सगळे काहीतरी अनपेक्षित घडणार आहे अशा भीतीने उभे

होते. फक्त मिरवा दुसरीकडे मान खाली घालून उभा होता. पुन्हा रिमझिम पाऊसाला सुरूवात झाली आणि ते एक एक करून आपापल्या घरी परतले.

दुसऱ्या दिवशी ओटा रिकामा होता दुकानातील बांबू उपटून आत्याने तो गोठ्यात पुरून ठेवला होता आणि त्यावर कडबा टाकला होता. त्या दिवशी मुलं आली पण चौकात जायची हिंमत झाली नाही. जणू काही तिथं कुणी मरण पावलय. अगदीच ओस पडलेला ओटा होता तो आता. नंतर पावसाची अशी झड सुरू झाली की मुलांचे घराबाहेर पडणे बंद झाले. चौथ्या-पाचव्या दिवशी रात्री मुसळधार पाऊस पडत होता आणि ढंगाचा इतका गडगडाट होता की मुन्ना त्याच्या खाटेवरून उठला आणि त्याच्या आईच्या कुशीत घुसला. विजेचा कडकडाट होताच खोली उजेडाने उजळून निघायची, छतावरील थेंबाचा थरकाप जरा मंदावला, थोडीशी वाऱ्याची झुळूकही आली आणि मध्येच झाडांचा कडकडाट ऐकू आला. भयानक आवाज ! आई दचकली. पण जागची हालली नाही. मुन्ना दिसत नसलं तरी अंधारात डोळे वटारून पाहू लागला. अचानक असे वाटले की लोक काहीतरी बोलत आहेत आपसात, घेघा आत्याचा आवाज पण होता त्यात. "कोणाचे घर पडले रे."

"गुल्कीचे !' कोणीतरी दूरवरूनच बोलले.

"अरे बापरे दबली का त्याखाली ?"

"आज ती मेवाच्या आईच्या घरी झोपली आहे !"

मुन्ना पडून होता आणि अशा प्रकारचे वाक्य कधी इकडून तर तिकडून त्याच्या कानावर पडत होते. नंतर त्याला भीती वाटली. आईजवळ गेला आणि झोपता झोपता त्याने पुन्हा ऐकले की कुबडी पुन्हा तशीच रडत आहे. गळा काढून रडत आहे. कोणी सांगावे की मुन्नाच्या अंगणातच बसून रडत असेल तर ! झोपीत तो स्वर कधी जवळून तर कधी दूरवरून येताना भासत होता. असे वाटत होते की कुबडी गल्लीतल्या प्रत्येकाच्या घरी जाऊन रडत होती पण तिचं कोणी ऐकत नव्हतं. मुन्ना सोडला तर.

मुलांच्या मनात एकदा का एखादी गोष्ट बसली की त्यांचं दुसरीकडे लक्ष वेधून घेणे कठीण होते. समोर गुल्की होती तर ती एक समस्या होती. पण तिचे दुकान मोडले होते, आता ती साबुनवाल्या सत्तीच्या घरी जाऊन झोपी जाऊ लागली आणि दोन चार घरी मागून पोट भरू लागली. त्या गल्लीत दिसतच नव्हती. मुले पण दुसऱ्या कामात व्यस्त झाली. आता हिवाळ्याचे दिवस आले होते. त्यांची भेट सकाळी नाही

तर तिसऱ्या प्रहरी होत असे. गोळा झाल्यावर मोर्चा निघत असे. त्यांची महत्त्वाची घोषणा असायची "घेघा आत्याला मत द्या." काही दिवसापूर्वीच नगरपालिकेच्या निवडणूकीत मुलांनी ही घोषणा ऐकली होती. कधी कधी मुलाचे दोन पक्ष बनायचे. पण दोघांना घेघा आत्यापेक्षा चांगला उमेद्वार सापडत नव्हता. शेवटी दोघे घेघा आत्यासाठी गळा फाडून मत मागायचे.

त्या दिवशी घेघा आत्याचा संयम संपला. आणि नवीन नवीन शिव्याने भरलेले भाषण देण्यासाठी जेव्हा ती ओट्यावर आली, तेव्हा तिला पोस्टमन येताना दिसला. ती अचानक थांबली. पोस्टमनच्या हातात एक कार्ड होते आणि तो गुलकीला शोधत होता. आत्याने त्याच्या हातातून पोस्टकार्ड घेतले आणि एका दमात वाचून टाकले. तिच्या डोळयात नवल होतं. तिने पोस्टमनला सांगितले की गुलकी सत्ती साबुन बावलीच्या ओसरीला रहाते, ते लगेच धावत धावत निरमल आईच्या ड्राइव्हरच्या पत्नीकडे गेली. बराच वेळ दोघीत चर्चा झाली आणि त्यांनी मेवाला पाठविले, गुलकीला बोलव !"

पण जेव्हा मेवा परतला त्याच्यासोबत गुलकी नव्हती तर सत्ती होती. नेहमीप्रमाणेच तिच्या कमरेला तो लटकलेला चाकू होता ज्याने ती साबणाच्या वड्या कापून दुकानदाराला देत असे. येताच तिने भाव खात घेघा आत्याकडे पाहिले आणि कडक स्वरात विचारले, गुलकीला का बोलावले ? तुझे दहा रूपायाचे भाडे बाकी होते, तू पंधरा रूपायाचा सौदा बिघडून टाकलास ! आता काय काम आहे !"

"अरे राम राम ! कोणते भाडे बेटी ! आत जा आत जा !" आत्याच्या स्वरात एक प्रेमळपणा होता. सत्ती आत जाताच आत्याने धाडकन दरवाजा बंद केला. मुलांचे कुतूहल वाढले होते. आत्याच्या चौकात एक शेगडी होती. सगळी मुलं तिथे थांबून दुर्बीनीतून दूरचे पहावे तशा नजरेन तिकडे पहात होते.

आत सत्ती मोठ्याने बोलत होती. बोलावले तर बोलवू दे. का जाईल गुलकी ? आता लय आठवण आली. यामुळे की तिच्या सवतीला मलगा झाला आहे, आता गुलकीने जावे आणि घरकाम करावे नोकरासारखे, स्वयंपाक करावा, मुलाला खेळवावे, आणि तो माणूस गुलकीसमोर त्या सवतीसोबत रोमान्स करील!"

निरमलची आई बोलली, पण बेटी, गुजारा तर नवऱ्यासोबतच होईल ना ! तिची सवत आली आहे तर गुलकीला जायला हवे, शेवटी माणूस तर माणूसच. दोन दोन रखेल ठेवील, म्हणून काय बायको त्याला सोडून जाईल ? राम ! राम !"

नाही, सोडून देणार नाही तर काय जाऊन लाथा खाईल ?" सत्ती बोलली.

अरे बेटा! आत्या बोलली, भगवान रहें न? तौन मथुरापुरी में कुब्जा दासी के लात मारिन तो ओकर कूबर सीधा हुई गवा. पती तो भगवान है बिटिया! ओका जाय देव!'

"हां हां तिची बाजू घेऊ नकोस ! तिच्या नवऱ्याकडून गुलकीचे घर फुकटात हडप करण्याचा इरादा दिसतोय तुमचा. आलं लक्षात."

निरमलची आई ऐकायला तयार नव्हती. पण आत्या काही कच्ची खेळाडू नव्हती. ती ठामपणे बोलली, "खबरदार जर काहीबाही बोललीस तर ! तू कोणत्या चालीची आहेस, माहीत आहे मला. ! तो छोकरा मानिक...'

"जीभ उपटून घेईन." सत्ती ओरडली, पुढे एक शब्द जरी बोललीस तर." आणि तिचा हात तिच्या चाकुकडे गेला.

अरे अरे अरे आत्या घाबरून दहा पाऊलं मागे हटली. मग काय मारून टाकतेस, कत्तल करणार ?"

तिसऱ्या दिवशी मुलांनी ठरवले की होरी बाबूच्या विहिरीवर जाऊन भुंगे पकडावेत. अशा दिवसात ते विषारी नसतात. मुलं त्यांना अशा दिवसात पकडून त्यांचा लहानसा डंक काढून घेत आणि मग त्यांना डोलीत टाकून त्यांना गावभर फिरत. मेवा, निरमल आणि मुन्ना एक एक भुंगा उडवत जेव्हा गावात पोहचले, पहातात तर काय आत्या ओट्यावर खुर्ची टाकून कोणीतरी बसलेला. विचित्र चेहरा होता त्याचा. कानावर मोठी मोठी केस, मिचमिचे डोळे, लांब आणि तेलकट झालेले केस. कमीज आणि धोतीवर पुराना बेरंग बूट. मटकी हात पसरून म्हणत आहे, एक डबल द्या ! आणखी एक द्या ना ! मुन्नाला पाहून मटकी टाळी वाजून म्हणू लागली, गुलकीचा जोडीदार आला आहे." एक मुन्ना बाबू ! हा कुबडीचा मालक आहे." मग इकडे वळून आणखी एक द्या ना." तिन्ही मुलं कुतूहलाने थांबले. इतक्यात निरमलच्या आईने गिलासात चहा आणला आणि त्याला देताना मुलाच्या हातात भुंगे पाहून त्याच्यावर रागावली. नंतर भुंगे सोडून निरमलला जवळ बोलावले आणि म्हणाली, बेटा, ही आमची निरमला आहे. ए निरमल, जीजीजी आहेत, नमस्कार कर ! बेटा, गुलकी आपल्या जातीची नाही म्हणून काय झाले, आपल्यासाठी जशी निरमल तशी गुलकी. अरे, निरमलचे बाबू आणि गुलकीचे बाप यांचे चांगले जमत होते. एक घर राहिले आहे त्यांच्या जागी आणि काय ? एक दीर्घ श्वास घेत निरमलच्या आईने म्हटले.

'अरे मग कोणी नाही म्हणतय ?" आत्या आली होती. अरे शंभर द्या आणि रहा, बरं आणखी तीनशे रूपये द्या तुमच्या नावे करून घ्या."

पाचशे पेक्षा कमी नाही होणार ?" या माणसाने तोंड उघडले. इतकं बोलून तोंड बंद केलं.

अरे देवा देवा , जावई आहे, पाचशे रूपायाला नाही म्हणतोय, निरमलच्या आईला. ?"

अचानक तो माणूस उठून उभा राहिला. सत्ती पुढे पुढे येत होती, मागे मागे गुलकी. सत्ती ओट्याच्या खाली उभी राहिली. मुले दूर गेली. गुलकीने मान वर केली आणि संकोचत पदर डोक्यावर घेतला. सत्ती दोन एक क्षण तिच्याकडे पहात राहिली आणि नंतर ओरडून बोलली, हाच खाटीक आहे गुलकी, पुढे होऊन मार थोबाडीत ! खबरदार जर कोणी मध्ये बालले तर ! आत्या पटकन आत गेली, निरमलच्या आईची जणू दातखीळ बसली आणि तो माणूस गडबडून मागे जाऊ लागला.

पुढे का होत नाहीस गुलकी ! मोठा आला तिला सोडून द्यायला ?"

गुलकी पुढे झाली, सगळे शांत होते, सीडीवर चढली, त्या माणसाच्या चेहऱ्यावर बारा वाजले होते. गुलकी चढता चढता थांबली, सत्तीकडे पाहिले, संकोचली, अचानक पुढे झाली, आणि अचानक त्या माणसाच्या पायावर पडून ओक्साबोक्सी रडू लागली. "हाय ! मला का सोडून दिलं ! तुमच्याशिवाय कोण आहे माझं ? अरे, मी मेल्यावर कोण घोटभर पाणि तोंडात टाकील."

सत्तीचा चेहरा पडला. तिने फार नाराज होऊन गुलकीकडे पाहिले आणि राग गिळत म्हणाली, "कुत्री !' आणि निघून गेली. निरमल आणि आत्या गुलकीच्या डोक्यावर हात फिरवत सांगत होत्या, रडू नकोस पोरी, सीतामाईला पण वनवास भोगावा लागला. उठ गुलकी बेटा, कपडे बदल, केस विंचर. पतीसमोर असं येण अशुभ असतं. चल !"

गुलकी डोळे पुसत पुसत गुलकीच्या घरी गेली. मुले मागे मागे येऊ लागले तर आत्या त्यांना रागावली, "ए चला तिकडे, इथे काय लाडूचे वाटप चालू आहे का ?"

दुसऱ्या दिवशी निरमलचे बाबू (ड्राइव्हर साहेब), गुलकी आणि जीजाजी दिवसभर कार्यालयात राहिले. रात्री परतल्यावर निरमलच्या आईने विचारले, पक्के लिहून घेतले?"

हां हां रे, हाकिमच्या समोर हिून घेतलय." मग जरा जवळ येऊन कानात पुटपुटला, मातीमोल भावात घर मिळाले आहे. उद्या दोघांना निरोप देवू."

अरे आधी शंभर रूपये द्या, आत्याचा वाटा पण द्यायचा आहे ना ?" निरमलची

आई उदास स्वरात बोलली, फारच हुशार आहे म्हातारी. कुठे ठेवणार संपत्ती, मेल्यावर साप होईल."

सकाळी निरमलच्या आईच्या घरी घर विकत घेण्याची कथा होती. शंख, घंटा, केळीची पाने, पंजिरी, पंचामृताचे आयोजन पाहून मुन्ना वगळता सगळी मुलं एकत्र झाली. निरमलची आई आणि त्याचा बाप पुढे बसले होते. गुलकी एक पिवळी साडी नेसून माथ्यापर्यंत घुंघट ओढून सुपारी कापत होती आणि मूलं वाकून वाकून आत पहात होते. मेवा आत पोहचला, ए गुलकी, ए गुलकी, जीजाजीसोबत जाणार का "

कुबडी ओशाळत म्हणाली, धत्त रे ! मस्करी करतोय."

आणि लज्जेचं हसू कोणत्याही तरूणीच्या चेहऱ्यावर मनमोहक लाली बनून पसरते, तिच्या सुरकुतलेल्या, बेडौल, निरस चेहऱ्यावर विचित्र पद्धतीने बिभत्स वाटू लागली होती. तिचे काळे पापडासारखे ओंठ संकोचले, डोळे मिचमिचे झाले आणि अत्यंत करूप पद्धतीने तिने डोक्यावर पदर घेतला आणि सरळ बसली. जणू कुबड झाकण्याचा प्रयत्न करीत आहे. मेवा जवळच बसला. कुबडीने आधी इकडे तिकडे पाहिले, मग कुजबुजत मेवाला म्हणाली, काय रे जीजाजी कसे वाटले तुला ? मेवाने गोंधळून किंवा लाजून काहीच उत्तर दिलं नाही, तर स्वतःशी समजावत गुलकी बोलली, काहीही होऊ. आहे तर नवरा. हाणीन मारील कोणी पण कामाला येईल. स्त्रीला दाबूनच ठेवले पाहिजे.' मग थोडा वेळ शांत राहून म्हणाली, मेवा भैया, सत्ती माझ्यावर नाराज आहे. सख्खी बहिण करणार नाही इतकं केलय तिनं माझ्यासाठी. ती चाची आणि आत्या तर मतलबी आहेत. माहीत नाही काय मला ? पण भैया मला सांग तुझ्या आईच्या सांगण्यावरून मी नवऱ्याला सोडून देवू का, असे नाही होणार.' इतक्यात कुणाचं तरी लहान लेकरू रांगत रांगत मेवाजवळ येऊन बसलं. गुलकी थोडा वेळ त्याकडे पहात राहिली आणि मग म्हणाली, नवऱ्याचा मी गुन्हा केला तर देवानं माझं मूल हिरावलं. आता देव मला माफ करील.' नंतर थोड्या वेळ गप्प बसली.

"माफ केले तर दुसरं लेकरू देईल ?"

"का नाही देणार ? देवाने तुमच्या मेव्हण्याला नवरा म्हणून ठेवावं. दोष तर माझ्यात आहे. मुल झालं तरच सवतीचं चलणार नाही.

इतक्यात गुलकीने पाहिले की तिचा नवरा आत्यासोबत काही तरी बोलत आहे. गुलकीने तात्काळ पदर घेतला आणि लाजून तिकडे पाठ केली. म्हणाली, राम राम किती वाळून गेलात. खाण्या पिण्याकडे कोणी लक्ष देत नाही का ! अरे, सवत तर

मतलबीच असेल. घे भैया मेवा, जा वीडा पान देवून ये मेव्हण्याला.' पुन्हा तिच्या चेहऱ्यावर तिच लज्जेची बिभत्स मुद्रा दिसली, तुला शपथ आहे, कोणी दिले म्हणून सांगू नकोस."

मेवा पान घेऊन गेला पण त्याकडे कोणी लक्ष नाही दिलं. तो माणूस आत्याला म्हणत होता, हिला घेऊन तर जात आहे, पण इतकं सांगतो की तुम्ही पण समजावून सांगा की रहायचे असेल तर दासी म्हणून रहावं लागेल. कोणत्याच कामाची नाही ती आमच्या आणि हो सवतिची सेवा करावी, मुलाला सांभाळावे, झाड-लोट करावी, नाहीतर माझा हात फार भारी आहे. तिच्या तोंडी लागली तर काही खरं नाही तिचं. एकदा कुबड काढले, आता जीव घेईल."

का नाही बेटा, का नाही ?' आत्याने होकार दिला आणि त्यांनी मेवाकडचे पान हाताने घेतले आणि तोंडात टाकले.

तिनच्या सुमारास निरमलच्या आईने मेवाला तांगा आणायला पाठविले. कथा ऐकण्यास गर्दी जमू लागली होती. सगळी तयारी एकट्या गुलकीलाच करावी लागत होती. मटकी कोपऱ्यात उभी होती. मिरवा आणि झबरी बाहेर गुमान बसून होते. निरमलच्या आईने आत्याला बोलावून पाठवणीसाठी काय करावे लागेल, असे विचारले, तर आत्या रागावून बोलली, अरे ती काय आपल्या जाती-पातीची आहे का ? एका लोटा पाण्याचा भरून एखादा रूपया तिच्यावर ओवळून भिकाऱ्याला दिला, झालं." आणि आत्या संध्याकाळच्या स्वयंपाकाला लागली.

तांगा येताच झबरी वेड्यासारखी इकडे तिकडे पळायला लागली. त्याला कसं माहीत झालं की गुलकी जाणार आहे. नेहमीसाठी. मेवाने तिच्या हाताने लहान लहान हाताने मोठे मोठे गाठोडे ठेवत आहे. मटकी आणि मिरवा गपचिप येऊन तांग्याजवळ येऊन उभी राहिली. मान खाली घालून. दगडासारखी गुलकी निघाली. पुढे हातात लोटा घेतलेली निरमल होती. तो माणूस जाऊन तांग्यात बसला. आता घाई करा ! तिने जड गळ्याने म्हटले. गुलकी पुढे झाली, नंतर थांबली आणि बटव्यातून दोन पैसे काढले, घे मिरवा, घे मटकी." मटकी जी नेहमी हात पसरून असायची, यावेळी माहीत नाही काय झाले हात पुढे न करता भिंतीजवळ उभी राहिली आणि मान हालवत म्हणाली, नको."

"घे बेटा, ! घे घे ! गुलकीने आग्रह करीत म्हटले, मिरवा-मटकीने पैसे घेतले आणि मिरवा बोलला, सलाम गुलकी ! ए आदमी सलाम."

"आता काय गाडीत बसून जाणार ?" तो पुन्हा जड गळयाने बोलला.

थांब बेटा, अशी कुठे जावयाला निरोप दिला जातो का ? अचानक एक अगदीच नवखा परंतु अत्यंत मोठा आवाज कानावर पडला. मुलांनी चकित होऊन पाहिले, मुन्नाची आई येत आहे.

"आम्ही तर मुन्नाची वाट पहात होतो, तो शाळेतून येईल, त्याला नाश्ता दिल्यावर येईल, पण तांगा आला तर आम्हाला वाटले की आता तू निघाली. अरे ! निरमलची आई, अशी कुठे मुलीची पाठवणी करतात का ! या जरा हे सगळं सामान एकत्र करा, तांदूळ आणा, सेंदूर आण निरमल बेटा ! बेटा तू उतर तांग्यातून !" निरमलच्या आईचा चेहरा फिका पडला होता. म्हणाली, जितकं आमच्याकडून झालं, केलं. कोणाला दौलतीचं प्रदर्शन थोडंच करायचं होतं ?" नाही ताई ! तू तर केलंस पण गल्लीतली मुलगी ही सगळयांची मुलगी असते ना. आपलं पण कर्तव्य होतं. माई-बाप नाहीत तर गल्ली तर आहे. ये बेटा, आणि तिने तिला टीका लावून पदराखाली ठेवलेले काही कपडे आणि एक नारळ तिच्या ओटीत टाकले. गुलकी जी आतापर्यंत दगडासारखी गप्प होती, अचानक रडायला लागली.. तिला पहिल्यांदा वाटले की ती सासरी जात आहे. माहेर सोडून आपली आई आणि लहान लहान भांवडं सोडून आणि तिने सुरूवात केली तिच्या त्या भसाड्या आवाजात रडायला.

"बरं बरं आता शांत हो, आला आहे तुझा भाऊ पण." ती म्हणाली. मुन्ना बॅग लटकवून शाळेतून आला होता. कुबडीला असं आईच्या खांद्यावर डोकं ठेवून रडताना पाहून तर तो हतबलसारखा उभा राहिला. ये बेटा, गुलकी जात आहे. दिदी आहे ना ! मोठी बहिण आहे ना ! ये पाया पड ! ये इकडे' आई पुन्हा म्हणाली, मुन्ना आणि कुबडीचे पाया धरील ? का ? का ? पण आई म्हणते म्हणून ! क्षणभर सगळं जागच्या जागी फिरल्यासारखं वाटलं त्याला आणि तो गुलकीकडे वळला. गुलकी धावत त्याला बिलगली आणि रडायला लागली, हाय माझ्या भावा ! आता कोणासोबत भांडणार मुन्ना भैया ? अरे माझ्या वाघा, आता कोणासोबत लढणार ? मुन्नाला वाटले की जाणू त्या लहान लहान फासोळ्यात तिचे अश्रू जमा झाले आहेत आणि ते कधीही बाहेर पडू शकतात. तशात त्या व्यक्तीने आवाज दिला आणि गुलकी रडत मुन्नाच्या आईचा आधार घेत तांग्यात बसली. तांगा चालायला लागला. मुन्नाच्या आईने वळून पाहिल्यावर आत्या उपहासाने म्हणाल्या, एखादं निरोपाचे गाणे तरी गा, ताई ! गुलकी बन्नो तिच्या

सारी जात आहे !" मुन्नाची आई काही बोलली नाही, मुन्नाला म्हणाली, "लवकर घरी ये बेटा, नाश्ता तयार आहे."

पण पागल मिरवा, जो बंबावर पाय लटकून बसला होता, माहीत नाही त्याला काय झाले, त्याने गळा फाडून गायला सुरूवात केली. बन्नो डाले दुपट्टे का पल्ला, मुहल्ले से चली गई राम ?' हे गाणे प्रत्येक मुलीच्या निरोपाच्या वेळी गायले जाणारे गीत होते. आत्याने हाकलले तरी पण गप्प राहिला नाही, उलट मटकी बोलली, का गाऊ नाही, गुल्कीने पैसा दिला आहे.' आणि ती पण गाऊ लागली. "बन्नो तली गई लाम, बन्नो तली गई लाम ! बन्नो तली गई लाम !"

मुन्ना शांत असा उभा होता. मटकी घाबरत घाबरत आली, मुन्ना बाबू ! कुबडीने एक पैसा दिला आहे घे, घे !"

"घे घे" कसंबसं मुन्ना हे शब्द बालू शकला कारण त्याचा कंठ भरून आला होता. याच अश्रूंच्या अंधूक कोपऱ्यातून प्रयत्न करून मुन्नाने जात असलेल्या गुलकीच्या तांग्याकडे पाहिले. गुलकी डोळे पुसत पडदा वर करून वळून वळून पहात होती. वळणावर एका धक्याने तांगा वळला आणि नंतर दिसेनासा झाला.

फक्त झबरी रत्यापर्यंत तांग्यासोबत गेली आणि पुन्हा परतली.

१०.

ज्याचा त्याचा आजार

-हरिशंकर परसाई

आम्ही त्यांच्याकडे वर्गणी मागायला गेला होतो, वर्गणी मागण्याचा अुनभव असल्याने चेहऱ्यावरून त्यांनी आम्हाला आणि आम्ही त्यांना ओळखले. वर्गणी मागणारे आणि देणारे त्यांच्या शरीराच्या गंधा वरून एकमेकांना चांगले ओळखतात. घेणारा गंधावरूनच समजून जातो की हा देणार आहे की नाही. देणाराही गंधावरूनच समजून जातो की हा घेतल्याशिवाय जाणार आहे किंवा नाही. तिथे जाताच आमच्या लक्षात आले की हा देणार नाही. त्यांच्या पण लक्षात आले की हे निघून जातील. तरीपण आम्हा दोघांना आमचं कर्तव्य तर पूर्ण करावं लागणार होतं. आम्ही विनंती केल्यावर ते म्हणाले, तुम्हाला वर्गणीचं पडलय-आम्हाचा टॅक्स भरून जीव चाललाय. विचार केला, हा टॅक्सचा आजार कसा असेल. आजार तर खूप पाहिले-न्यूमोनिया, कॉलरा, कॅंसर, ज्याने लोक मरतात. पण हा टॅक्सचा कसला आजार असेल, ज्यामुळे लोक मरत होते. ते पूर्णपणे निरोगी आणि बरे वाटत होते. तर काय आजारात सुख आहे का ? हा आजार चांगला असतो ज्यामुळे आजारा बरा वाटतो. या आजाराने मरायला कसे वाटत असेल ?

हा एक विचित्र आजार आहे. वैद्यकीय शास्त्रात याच्यावर काही इलाज नाही. मोठ्या डॉक्टरला दाखवा आणि सांगा की हा माणूस टॅक्सने मरू लागला आहे. ते म्हणतील-याच्यावर आमच्याकडे कोणताही इलाज नाही. पण यांच्यावरही इलाज करणारे आहेत. पण त्यांनी ॲलापॅथी किंवा होमियोपॅथिचे शिक्षण घेतलेले नाहीत. याच्यावर वेगळाच इलाज आहे. या देशात काहीजण टॅक्सच्या आजाराने मरतात आणि अनेकजण उपासमारीने.

कराच्या रोगाचे वैशिष्ट्य म्हणजे ज्याला हा होतो तो म्हणतो, हाय मी कराने मरू लागलो आहे. आणि ज्याला लागली नाही तो म्हणतो, हाय, मला कराचा आजारच जडत नाही. खूप लोकांना वाटतं की त्यांनी कराच्या आजाराने मरावे, पण मरतात न्यूमोनिया होऊन. आम्हाला त्यांची दया आली. विचार केला, म्हणावं की प्रॉपर्टीसहित हा आजार माझ्याकडे सोपवायला सांगावं. पण तो ऐकणार नाही. हा आजाराच फार प्रिय आहे, ज्याला तो लागतो, प्यारा वाटतो.

मला त्यांची ईर्षा वाटू लागली. मला त्यांच्यासारखेच आजारी बनायचे होते. त्यांच्याप्रमाणेच मरायचे होते. किती बरं झालं असतं जर असं छापून आलं असतं, मोठी आंनदाची बातमी आहे की हिंदीचे व्यंग लेखक हरिशंकर परसाई कराच्या आजाराने मृत पावले. ते हिंदीतले पहिले असे लेखक आहेत जे या आजाराने मेले. या घटनेचा सर्व हिंदी जगाला गर्व आहे. भविष्यात लेखकांचा या आजाराने मृत्यू होईल अशी अपेक्षा आहे, परंतु त्यांच्या नशीबात हे कुठे आहे ? माझ्या नशीबात तर किरकोळ आजाराने मरणे आहे.

त्यांचे दुःख पाहून मी विचार केला की दुःख पण कसले कसले असतात. प्रत्येकाचं दुःख वेगवेगळं असतं. त्यांच दुःख होतं की ते कराने मरू लागले आहेत. आम्हालाही कर भरण्याचे भाग्य लाभावे म्हणून आमच्याकडे मालमत्ता नाही, हे आमचे दुःख आहे. ५० रूपायाची देणगी मिळत नसल्याने आम्ही मरू लागलो होतो.

माझ्याकडे एक माणूस यायचा, लोक बेईमान आहेत म्हणून तो परेशान असायचा. एखाद्याची बेईमानी घातक नसते. संयमाने घेतले तर ती आरोग्यदायी असते. अनेक पतीव्रता यामुळे दुखी असतात कि व्याभिचारी स्त्रीयाप्रमाणे त्यांना वागता येत नाही. तो एक आदर्श प्रेमी व्यक्ती होता. गांधींजीच्या नावाने चालणाऱ्या काही आस्थापनात काम करायचे. माझ्याजवळ तासनतास बसायचा आणि सांगायचा की तिथे कशी बेईमानी चालू आहे. सांगायचा, तरूणपणातच त्याने या कामाला वाहून घेतले होते. किती आशेनं तो त्या संस्थेत गेला होता आणि आता काय पहातो आहे. मी म्हटले, भैया, तरूणपणी ज्यांनी ज्यांनी असे वाहून घेतले आहे, ते सगळे रडत आहेत. तू आदर्शवादी होऊन गेलातच कशाला ? गांधीजी दुकान उघडण्याचा आदेश तर मरता मरता देवून गेले नाहीत. मला त्याची वेदना माहीत होती. गांधीजीचे नाव आस्थापनाला असल्यामुळे तो बेईमानी करू शकत नव्हता आणि जे करीत होते, त्यामुळे परेशान

होता. आस्थापनाचे दुसरे काही नाव असते, तर त्याला पण इतरासारखी बेईमानी करता आली असती आणि निरोगी राहिला असता. परंतु गांधीजीने याचं जीवन बर्बाद केलं होतं. गांधीजीने विनोब सारख्यांचे जीवनही बर्बाद केले होते. मोठं दु:ख आहे ! मी बसलो आहे ! माझ्यासोबत २-३ भाऊ बसले आहेत. मी दु:खी आहे. माझे दु:ख हे आहे की मला ४० रूपये लाईट बिल भरायचे आहेत आणि माझ्याकडे इतके रूपये नाहीत.

तितक्यात एक बंधू त्याची व्यथा सांगू लागला. त्याने ८ खोल्याचे घर बांधण्याची योजना आखली होती. ६ खोल्या बांधल्या आहेत. २ साठी पैसा कमी पडू लागला आहे. तो फार फार दु:खी आहे. तो त्याच्या दु:खाचे वर्णन करतो. मला काहीच वाटत नाही. त्याचे दु:ख किती महान आहे की ६ खोल्या आहेत, यामध्ये समाधानी राहू शकत नाही. त्याच्या दु:खाने मी दु:खी व्हायला हवे होते, पण नाही झालो. माझ्याजवळ लाईटचं बिल भरण्यासाठी ४० रूपये नाहीत, याचं मला दु:ख आहे.

दुसरे बंधू पुस्तक विक्रेते आहेत. गेल्या वर्षी ५० हजाराची पुस्तके ग्रंथालयाना विकली होती. यावर्षी ४० हजराची विकली. म्हणतात-फार कठीण आहे. यावर्षी फक्त ४० हजाराची विक्री झाल्यावर कसे चालेल ? त्यांना वाटतं, मी दु:खी व्हावं. पण मी नाही होतं. यांच्याकडे मी १०० पुस्तके ठेवली होती. ती विकल्या गेली. पण ज्यावेळी मी पैसे मागतो, तर ते मी काही विनोद केल्यासारखे हसतात. व्यंगकार फार अडचणीत आहे. त्याने पैसे मागितले तर त्याचा विनोद केला जातो. मी त्यांच्या दु:खाने दु:खी होत नाही.

वीज कापल्या गेल्याने मी त्रस्त आहे. तिसऱ्या बंधूची रोटरी मशीन आली. आता मोनो मशीन मिळत नाही म्हणून समस्या निर्माण झाली आहे. ते दु:खी आहेत. मी दु:खी होणार नाही. शेवटी मला वाटले की मी माझे विजेचे दु:ख विसरून यांच्या दु:खात सहभागी झाले पाहिजे. मी दु:खी होतो. म्हणतो, २ खोल्या बांधायच्या राहिल्या ही मानवी जीवनाची किती मोठी शोकांतिका आहे. आणि हे जग किती क्रुर आहे की फक्त ४० हजाराची पुस्तके विकत घेते. किती वाईट वेळ आली आहे की मोना मिशन मिळत नाही.

ते तिघे यामुळे प्रसन्न आहेत की मी शेवटी त्यांच्या दु:खाने दु:खी झालो.

वेगवेगळ्या प्रकारच्या संघर्षात वेगवेगळे दु:ख आहे. एक, जिवंत रहाण्यासाठी संघर्ष आहे आणि दुसरा, संपन्नता कायम ठेवण्याचा. एकिकडे किमान जीवनमान जगता येत

नाही म्हणून दु:ख आहे तर, दुसरीकडे पुरेशी संपन्नता नसल्याचे दु:ख आहे. अशा आवस्थेत मी माझं निरर्थक दु:ख कवटाळून कसं बसावं ?

माझ्या मनात पुन्हा ती लालसा जागी झाली की त्या सज्जन व्यक्तीने मला त्यांची प्रॉपटी माझ्याकडे सोपवावी आणि कराचा आजार होऊन मी मरावं. पण ते ही संधी मला देणार नाहीत. ना ते प्रॉपर्टी सोडतील ना, आजार, आणि मला शेवटी कोणत्यातरी क्षूल्लक आजाराने मला मरावे लागेल.

११.

विपथगा

- अज्ञेय

ती मानवी होती की दानवी, हे मी इतक्या दिवस विचार करूनही समजू शकलो नाही. कधी कधी विश्वास बसत नाही की त्या दिवशी घडलेलं खरंच होतं. स्वप्नं नव्हतं.परंतु नंतर जेव्हा माझ्यासमोरच भिंतीवर टांगलेली तलवार पहातो, त्यावेळी ते खरेच आहे हे मान्य करावचवेच लागते. तरीपण तोपर्यंत हे ठरवता येत नाही की ते मानवी होतं की अमानवी.

तिच्या शरीरात लावण्य होतं, चेहऱ्यावर सौंदर्याची आभा होती, ओठावर दबलेली विचारशील हास्य होतं. परंतु तिचे डोळे ! त्यात प्रेम, क्रोध, नम्रता, प्रसननता, करूणा व्यथा, काहीच नव्हतं, होती फक्त एक भीषण तुषारमय अथांग ज्वाला ! आजही माझ्या लक्षात येत नाही की अशा मृत जडत्वाने माणसाच्या डोळयात असा मत्सर असू शकतो. पण आज एक वर्ष उलटून गेल्यावरही जेव्हा जेव्हा मी तिचे ध्यान करतो, तेव्हा तिचे डोळे माझ्यासमोर येतात. मला तिचा आकार, तिची चारित्र्य, तिची बोलणं याबद्दल काहीही आठवत नाही, फक्त त्या दोन प्रकाशित प्रतिमा दिसतात-रात्रीच्या अंधारात मी जिकडे डोळे वळवतो, तिकउे ते शुक्राचया निळया आकाशात क्रिस्टन्ल रत्नासारखे भासते. हरित ज्योतिमय तिचे विस्फारीत डोळे माझ्याकडे टक लावून बघतात.

मी काही भावनीक प्रकारचा मनुष्य नाही. मी एक अतिशय साधा जुन्या पद्धतीचा माणूस आहे. माझ्या उदरनिर्वाहाचा आधार पॅरिस शहरातील एका शाळेत इतिहास शिक्षकाची जागा आहे. मला सिनेमा नाटक पहाण्याचा शौक नाही किंवा कवितेमध्येही माझे मन रमत नाही. मनोरंजनासाठी कधी कधी मी जगातील क्रांतीकारी इतिहास वाचतो. एखाद्यावेळी या विषयावर व्याख्यान देखील दिले आहे. यापेक्षा अधिक काही

करू शकत नाही. कारण मी विदेशात आहे. वाचनाचा कंटाळा आला की मग कधी कधी जुन्या शस्त्रांच्या सग्रंहात वेळ घालवतो. मी मोठ्या कष्टाने तो गोळा केला आहे, सम्राट पीटरने त्याच्या प्रियेशीला ज्या खंजिराने मारले होते, त्या खंजिराची मूठ माझ्या सग्रंहात आहे. त्या कपाचा तुकडा ज्यामध्ये कॅथरीनने तिच्या मुलाला विष दिले, एका अज्ञात महिलेने आर्क एंजेलच्या गव्हर्नरला ज्या गोळीने मारले, त्या गोळीचे रिकामे काडतूस, माझ्या सग्रंहात आहे, नेपोलियन ज्या घोड्यावर बसून मॉस्कोमधून पळून गेला होता, त्याची एक दोरी आणि नेपालियनच्या जाकीटाचे बटन पॅरिसमध्ये कदाचित असा दुसरा कोणताही संग्रह नाही, कदाचित मॉस्कामध्येही नव्हते.

परंतु मला जे म्हणायचे होते त्यापासून मी विचलित झालो आहे. होय, मी भावनाप्रधान नाही. माझी आवड या सग्रंहापुरती किंवा कधी कधी क्रांतीशी संबंधित साहित्यापुरती मर्यादित आहे आणि मला इथल्या इतर गोष्टींची माहिती नाही. तरीही, त्या दिवशीच्या घटनेने माझ्या शांत जीवनात गार्डनमध्ये वादळाने जसे धुमाकूळ घालावा तशी उलथापालथ झाली. त्या दिवसापासून कोणत्या तरी अज्ञात कारणाने एका अज्ञात, अवर्णनीय अशांतीने माझ्या हृदयात घर केले आहे. जेव्हा जेव्हा माझी नजर त्या तुटलेल्या तलवारीवर पडते तेव्हा माझ्या कानात एक गंभीर पण थरारक आवाज घुमतो.

जेव्हा दिवा विझतो तेव्हा धूर निघतो. पण आपल्या विस्तीर्ण देशातील भुकेली, पिडीत, निराधार शेतकरी कुटूंबे जेव्हा रस्त्यावर भटकून आणि बर्फाच्छादित पृथ्वीवर बसून आपल्या नशीबाला शिव्याशाप देऊ लागतात, तेव्हा त्यांच्या अंतःकरणातील सुरक्षित आशेचा शेवटचा किरणही विझत नाही. तोपर्यंत कोणी आहे पण करीत नाही. माहित नाही ती राख किती दिवस पडून आहे, राहिल. पण एखाद्या दिवशी, दूरच्या भविष्यात, काही भयंकर वादळाने ती पुन्हा पेट घेईल ! त्याची ज्वाला, प्रखरता, अविरत ज्वाला कुठे पसरेल, कोणाला भस्म करील, कोणत्या शहराचा आणि भागाचा गौरव करील कोणास ठाऊक !"

मी रोमांचित होतो, मंत्रमुग्ध होऊन त्या दिवशीच्या घटनेचा विचार करू लागतो-

रात्रीचे आठ वाजत आले होते. मी मॉस्कामधील माझ्या खोलीत बसून दिव्याच्या उजेडात हळूहळू काही लिहू लागलो होतो. जवळच्या एका ओट्यावर जेवनाचे खरकटे भांडे पडले आहेत. इकडे-तिकडे किंवा भिंतीवर टांगलेली किंवा शेकोटीवर ठेवलेल्या माझ्या सग्रंहातील काही वस्तू आहेत.

बाहेर पाऊस पडत होता. छतावरील आवाजावरून अंदाज करता येत होता की

त्यात गाराही होत्या, पण थंडी इतकी होती की बाहेर येऊन पहाण्याची शक्ती माझ्यात नव्हती. अधून मधून दिव्याच्या मंद प्रकाशात वैताग येण्याशिवाय अगदीच एकाग्र होऊन दुसऱ्या दिवशी वाचण्यासाठी 'यशस्वी क्रांती' वर एक छोटासा निबंध लिहित होतो.

यशस्वी क्रांती म्हणजे काय ? असंख्य अयशस्वी चरित्रे, असंख्य तपशीलवार प्रयत्नांचे बळी, अशांतीपूर्ण परंतु शांतीपूर्ण निष्कर्ष !"

(त्या दिवसात मी मॉस्कोमधील एका शाळेत शिक्षक होतो. तिथे असताना मी इतिहास शिकवण्यात आणि कधी क्रांतीवर लेख लिहून वाचण्यात वेळ घालवत असे. मला क्रांतीचा अर्थ समजला किंवा नाही हे मी सांगू शकत नाही. क्रांतीबद्दलचे माझे अज्ञान आज मला कळले आहे !)

अचानक कोणीतरी दरवाजा ठोठावला. मी बसल्या जागेवरूनच उत्तर दिले, या, आणि लिहू लागलो. दरवाजा उघडला आणि बंद झाला. पुन्हा तोच पाऊसाचा आवाज येऊ लागला. खोलीत शांतता पसरली. मी थोडे चकित होऊन डोळे उघडले आणि ते तसेच उघडे राहिले.

जाड असा ओव्हरकोट परिधान केलेली, गळ्यात लाल रूमाल बांधलेली, दाराजवळ उभी असलेली एक बाई माझ्याकडे टक लावून पहात होती. तिचे कपडे ओले झाले होते. टोपीत कुठेतरी गारा अडकल्या होत्या, तिच्या पायात तिने गुडघ्यापर्यंत मोठे, कुरूप रशियन बूट घातले होते, जे चिखलाने झाकलेले होते. वरची टोपी आणि खालचा रूमाल यामुळे तिच्या तोंडाचा थोडासा भाग दिसत होता. इतकी झाकल्या गेल्यानंतरही तिच्या शरीरात एक लवचिकता आणि एक तणाव स्पष्टपणे जाणवत होता. जणू कपड्याने झाकलेल्या धनुष्याची पट्टी समोर ठेवली आहे. डोळे दिसत नव्हते, पण त्या ओठांची बारीक रेषा पाहून वाटत होते की त्यामागे विजेच्या चपळाइबरोबरच विजांच्या कडकडाटाला दाबून टाकले आहे-

मी क्षणभर तिच्याकडे पहातच राहिलो पण ती काहीच बोलली नाही. मी शांतता भंग केली, बोला, काय आदेश ? काही उत्तर नाही मिळालं. मी पुन्हा विरले, आपले नाव समजू शकेल का ?"

मी ऐकले होते की तुम्हाला क्रांतीकारकाबद्दल सहानुभूती आहे आणि तुम्ही त्यावर भाषणे पण दिली आहेत. एक एक शब्द फारच विचारपूर्वक बोलत होती ती. या सहानुभूतीच्या आशेनं मी तुमच्याकडे आले आहे."

माझा थरकाप झाला. माझ्या या बांधीलकीची चर्चा बाहेर होते आणि

क्रांतीकारकानाही याची माहिती आहे म्हटल्यावर माझ्यात आणि त्यांच्यात आता काय फरक राहिलाय ? काय ही मॉस्कोच्या राजकीय विभागाकडून आलेली गुप्तहेर तर नसेल ? माझी नोकरी-कदाचित साइबेरियाच्या खाणीत आयुष्यभर-पण जर ती गुप्तहेर असती तर अशा आवतारामध्ये का आली असती ? अशी का बोलली असती ? यावरून तरी स्पष्ट शंका निर्माण होते की -गुप्तहेर असती तर विश्वासत घेतले असते तिने मला-पण कोण जाणे-तुम्हाला काय म्हणायचे आहे ते समजले नाही !"

ती बोलली, मी क्रांतीकारक आहे. आता मला काही पैशाची आवश्यकता आहे, तुम्ही देवू शकाल ?"

"कशासाठी ?"

थोडा वेळ ती गोंधळी, विचार करू लागली की या प्रश्नाचे उत्तर द्यावे की नाही. मग तिने हळूहळू ओव्हरकोट काढून एक रक्तरंजित तलवार बाहेर काढली. असे करताना माझ्यावरून एकक्षणभरही तिची नजर बाजूला झाली नव्हती. तिला माझ्या अंतरंगातील विचार कळत असल्याचा भास होत होता. मीहीमंत्रमुग्ध होऊन पहात राहिलो, ती म्हणाली, हे बघा, हे रक्त कोणाचे आहे माहीत आहे का ? कर्नल गोराव्हस्कीचे ! आणि त्याचा मृतदेह त्याच्या घराच्या बागेत पडून आहे.

मी गोंधळून म्हणालो, "हँ ! कधी ?"

अजून एक तासही झाला नाही. त्याच्याच तलवारीने त्याला भोसकले. तुम्ही विचाराल, का ? कदाचित तुम्हाला माहित नसेल स्त्री किती क्रुर बदला घेऊ शकते."

"तुम्ही माझ्याकडे का आलात ?"

"मला पैशाची आवश्यकता आहे. मॉस्को शहर सोडण्यासाठी.'

"मी तुझी मदत नाही करू शकत, तू खून केला आहेस.'

ती एकदम थक्क झाली, जणू तिला अशा उत्तराची अपेक्षा नव्हती. नंतर एक उदास हास्य कटाक्ष टाकल्यावर म्हणाली, एवढीच आहे तुमची सहानुभूती ! याचा क्रांतीवादासाठी तुम्ही भाषणे करता, हाच तुमच्या इतिहासाचा निष्कर्ष आहे !"

मी क्रांतीवादी आहे पण हत्यारा नाही. अशाप्रकारच्या हत्या करीत राहिले तर यामुळे देशाचा फायदा नाही, नुकसान होईल. सरकार अधिक दबाव टाकील, मार्शल लॉ लावला जाईल, फासी दिली जाईल. आपला काय फायदा होईल ?"

"तुम्ही क्रांतीला काय समजता बाहुल्यांचा खेळ ? असे म्हणत ती माझ्या टेबलावळ आली. टेबलावरील कागदाकडे पाहून बोलली, हे काय यशस्वी क्रांती ! असंख्य अयशस्वी जीवनांचा आणि विसरलेल्या बलिदांनाचा निष्कर्ष !"

ती थट्टा करीत हसली. यशस्वी क्रांती ! माहीत आहे, क्रांतीसाठी कसे बलिदान द्यावे लागते ?"

मी काहीच बोलू शकलो नाही. पण ती तो लेख वाचत असताना पाहून ओशाळलो होतो.

मग ती बोलली, तुम्ही पण स्वतःला क्रांतीकारक म्हणवून घेता, आम्ही पण. परंतु आपल्यात किती फरक आहे ! तुम्हाला स्वातंत्र्याच्या नावाखाली जग जिंकून राज्य करायचे आहे आणि आम्ही आमचे हृदय इतके मोठे करण्याच्या प्रयत्नात असतो की जग त्यामध्ये बसू शकेल !' मी कोणत्याही कटात भाग घेतलेला नाही, क्रांतीवादावर भाषण देण्यापलिकडे काहीही केले नाही तरीही माझ्या तत्त्वावर झालेला हल्ला मला सहन होत नव्हता. मी रागाने म्हणालो, तुम्ही खोटे बोलत आहात, मी खरा कम्युनिष्ट आहे. जगात समानता असावी, शासक आणि शोषित यातला फरक संपून जावा. परंतु अशाप्रकारची हत्या करणे ते कधी होणार नाही. तुम्ही ज्याला क्रांती म्हणता त्यासाठी हे करावे लागणार असेल तर मी ते कधीच करणार नाही. ते रोखण्याचा मी जोरदार प्रयत्न करीन. त्यासाठी मला माझा जीव जरी द्यावा लागला-

क्रांतीला विरोध करणार, तिला तुम्ही रोखणार ? सूर्योदय होतो, त्याला रोखण्याचा प्रयत्न केला आहे ?

सागरात लहरी उठतात, त्यांना रोखले आहे ? ज्वालामुखीचा स्फोट होतो, कधी भूकंप होतो, त्याला रोखले आहे ? क्रांती सूर्यापेक्षा अधिक प्रकाशमान, प्रलयापेक्षा अधिक भयंकर, ज्वालेपेक्षा अधिक तप्त, भुकंपापेक्षा अधिक विदारक आहे-त्यांना कसं रोखणार ?"

"कदाचित नाही रोखू शकणार. परंतु माझे जे कर्तव्य आहे, ते तर पूर्ण करील.'

"काय कर्तव्य ? काय लेक्चर झाडणे ?"

"देशात आपल्या विचाराचे प्रदर्शन, अहिंसात्मक क्रांतीचा प्रचार."

"अहिंसात्मक क्रांती ! जे उपाशी, उघडे, पीडीत आहेत, त्यांना गपचुप काहीही न म्हणता मरायला सांगणार ! रशियाच्या कडाक्याच्या थंडीत बर्फाखाली गाडून जा पण तुमचा राग एखाद्या सज्जन माणसाच्या वाटेला येऊ नये हे लक्षात ठेवा ! रडणाऱ्या मुलांना सांगणार का की आईच्या वक्षाकडे पाहू नकोस, कितीही भूक लागली तरी बाहेर जा आणि दगड माती खाऊन भूक भागव ! आणि अत्याचारी राज्यकर्ते तुमच्यावर हसतील आणि तुमच्या अहिंसेच्या आडून गरिबांचे रक्त शोषूण घेतील. ही आहे तुमची अहिंसात्मक क्रांती ! ज्याचा तुम्हाला इतका अभिमान आहे."

सरकार अत्याचार करणार असेल तर त्याविरूद्ध आंदोलन करणे हाच आमचा धर्म असेल.”

धर्म ? तोच धर्म, ज्याला तुम्ही एका शाळेत नोकरी लागण्यासाठी विकून खाता ? तोच धर्म, ज्याच्या नावावर तुम्ही शाळेचा इतिहास इतका खोटा शिकवता ?

मी रागावून म्हटले, “वैयक्तिक हल्ले करून काही उपयोग नाही. तसे असेल तर मी विचारू शकतो की तू कोणते मोठे बलिदान केले आहे ? एका व्यक्तीला मारून आलीस, हेच ना ?”

मला तिचा चांगलाच राग आला होता. पण ती ज्या प्रकारे छातीचे बटन उघडे ठेवून, हातात तलवार घेऊन दानवाप्रमाणे माझ्याकडे पहात उभी होती, त्यामुळे तिला बाहेर काढण्याची काही हिंमत झाली नाही. प्रश्न विचारून मी तिच्याकडे पाहू लागलो. मला आशा होती की माझ्याकडे पहाणे ती सोडून देईल. माझ्या प्रश्नाचे उत्तर देताना घाबरून जाईल, परंतु यापैकी काहीच झाले नाही. ती टेबलावरची कागदं बाजूला करून टेबलाच्या एका कोपऱ्यावर टेकली आणि तलवारीचे टोक माझ्याकडे करीत म्हणाली, मी काय केलंय, ऐकणार आहात ? मी काही फार मोठे बलिदान दिले नाही, परंतु पहा, बरंच काही आहे. माझ्याकडे खूप वेळ आहे-आता गोरोव्हस्कीचा पत्ता कोणाला सापडू शकत नाही. ऐकत आहात ?”

आधी विचार केला, ऐकून काय करू ? लेख पण पूर्ण करायचा आहे, उद्या शाळेतही जायचे आहे आणि त्यात पोलिस, हिला सांगावे की निघून जा. परंतु माझ्या मनात एक कुतूहल आणि अपराधीपणाची भावना आली. मी उठलो आणि शेकोटीत कोळसे टाकून आग पेटवली. आणखी एक खुर्ची उचलून शकोटीजवळ ठेवली आणि तिच्यावर बसत बाललो, होय मी ऐकतो. शेकोटीजवळच्या खुर्चीवर बसा आणि सांगा, थंडी खूप आहे.”

ती तिथेच बसून राहिली, जणू तिने माझे काही ऐकलेच नाही. मात्र तलवार बाजूला ठेवून ती थोडी पुढे वाकून आगीकडे पाहू लागली. थोड्या अंतरावर पाहून चकित होत म्हणाली, होय ऐका. मी आरामखंर्चीत बसून कामगार वर्गासाठी साम्यवादावर लेख लिहिले नाहीत. तसेच मी स्टेजवर उभे राहून शेतकऱ्यांसाठी तोंडी स्वप्ने दाखविली आहेत. मी माझे घर, माझे आई-वडील आणि अगदी माझे पती सोडले आहे आणि त्यांनतर दुःखच दुःख सहन करीत आहे. सौभाग्य विकून मी माझ्या विश्वासाचे रक्षण केले आहे. स्वत्व वाचविण्यासाठी वडिलांची हत्या केली आहे. आणि-आणि माझे स्त्री-रूप विकून देशासाठी मी भिक्षा मागितली आहे-आज पुन्हा मागायला निघाले आहे.”

"माझ्या तोंडातून अचानक निघाले, कोणाकडे ?"

या प्रश्नाने जणू तिची विचार श्रखंला तुटली. तलवारीकडे पाहून बोलली. हे नंतर सांगेल, ती माझ्या एकमेव, माझ्या शेवटच्या बलिदानाची कथा आहे."

विश्वास आणि स्वत्वाची रक्षा, वडीलांची हत्या, मला काही समजलं नाही.

माझे वडील पीटर्सबर्गमध्ये पोलिस खात्यात होते. माझे पतीही तिथे काम करीत होते. कुटूंबात, वंशामध्ये मी एकटीच होते जिने क्रांतीचे आवाहन ऐकले-तरी पण, किती विरोधाला सामोरे जावे लागले. पहिल्यांदा जेव्हा क्रांती दलात आले, तेव्हा लोक माझ्यावर शंका घेऊ लागले. माहीत नाही त्यांना कोणीतरी सांगितले की माझे वडील पोलिस खात्यात आहेत, पती राजकीय खात्यात आहेत, यामुळे विनाशाशिवाय दुसरी कोणती अपेक्षा ठेवता येईल ? मी पाहिले, इतकी इच्छा, इतकी सदिच्छा असतानाही मी उदासिन, परित्यक्त महिलेसारखी झाली आहे-माझ्या पतीला देखील माझ्या या कृत्याचा पत्ता लागला. त्याचा परिणाम म्हणून एक दिवशी मी गपचुप घर सोडले ! त्यांना पण नोकरी जाण्याची भीती होती ! त्यांनतर-त्यानंतर माझ्या परीक्षेचा प्रश्न उपस्थित झाला. पतीला सोडून दिल्यामुळे मला सदस्यत्व देण्यात आले नाही, परीक्षा देण्यास सांगितले. ती किती भयंकर होती !'

क्षणभर आगीकडे पाहिल्यानंतर तिने सांगायला सुरूवात केली. मी आणि आणखी चार व्यक्ती पिस्तोल घेऊन एका सांयकाळी निकोलस पार्कमध्ये बसलो. त्या दिवशी इकडून पीटर्सबर्गचे पोलिस दोन कैद्यांना घेऊन जाणार होते. त्यांच्यावर हल्ला करून त्या कैद्यांना मुक्त करण्याचे काम आमच्यावर होते. हीच माझी परीक्षा होती !"

"आम्ही रात्रभर तिथेच बसून होतो. नऊ वाजन्याच्या आसपास पोलिसांच्या बुटांचा आवाज ऐकू आला. आम्ही सावध झालो. कोणी विचारले, कोण बसले आहे ? आम्ही उत्तर नाही दिले. गोळ्या झाडायला सुरूवात केली. दोन मिनीटात निर्णय लागला. आमचे तीन माणंस कामात होते, पण यश मिळालं, कैद्यांना मुक्त केले. आम्ही चौघे तात्काळ पार्कच्या बाहेर पडलोत."

मी फार काळजीपूर्वक ऐकत होतो. अशी गोष्ट मी कधी ऐकली नव्हती, वाचली पण नव्हती-मी उत्सुकतेने विचारले, पुढे ?"

"दुसऱ्या दिवशी-दुसऱ्या दिवशीच्या दैनिकात वाचले, कैद्यांना घेऊन जाणारे अधिकारी होते-माझे वडील !"

त्या लहानशा खोलीत शांतता पसरली. अजूनही पाऊस पडतच होता. मी विमनस्क होऊन छतावर पडणारे पऊसाचे थेंब मोजण्याचा प्रयत्न करीत होतो.

"तिने विचारले, आणखी ऐकणार आहात ?"

मी मान खाली घालून उत्तर दिलं, मी तुम्हा लोकांवर अन्याय केला आहे. वास्तवात तुम्हाला खूप उत्सर्ग करवा लागतो. मी अहे अद्याप समजू शकलो नव्हतो."

हो, हे स्वभाविक आहे. एका एकट्या व्यक्तीची व्यथा, एका व्यक्तीचं दुःख आपण समजू शकतो. एका प्राण्याचे दुःख पाहून आपल्या हृदयात सहानुभूती उत्पन्न होते-परंतु जाती, देश, राष्ट्र ! किती विशाल असतं ! त्याची व्यथा, त्याच्या दुःखाने असंख्य व्यक्ती एकाच वेळी पीडित होतात. यामध्ये इतकी विशालता असते की आपल्या हेच लक्षात येत नाही की कोणाला दुःख होत आहे की नाही."

"ठीक आहे. तुम्हाला खूप दुःख सोसावे लागते. परंतु अशाप्रकारे विनाकरण दुःख सहन करणे-कितीही धाडस दाखवले तरी, हुशारी तर नाही."

आपले दुःख प्रसूती वेदनेसारखे आहे, त्यांनतरच क्रांतीचा जन्म होईल. याशिवाय क्रांतीचा प्रयत्न करणे, क्रांती यशस्वी होण्याची आशा करणे म्हणजे चेष्टा करणेच आहे.'

परंतु प्रत्येक आदांलन एखाद्या ठरवलेल्या मार्गानेच पुढे जाते, तसे पुढे जात नाही.

"क्रांती आंदोलन नाही आहे."

"सुधारणा करण्यासाठी कोणाला तरी आदर्श म्हणून समारे ठेवले पाहिजे की नाही?"

"क्रांती सुधारणा नाही."

"नसेल. सुधारणा तर सुधारणा. परंतु सुधारणाचे पण ध्येय असते !"

"क्रांती सुधारणा देखील नाही आहे."

मी विचार केला, विचारावे मग क्रांती काय आहे ? परंतु न विचारताच तिच्या चेहऱ्याकडे पाहू लागलो. ती स्वतःच बोलली, क्रांती आंदोलन, सुधारणा परिवर्तन काहीही नाही. क्रांती आहे विश्वासाचा, रूढींचा, शासनाच्या घातक धोरणाचा, विनाशकारी, भंयकर स्फोट ! याचा ना आदर्श आहे, ना ध्येय, ना धूर. क्रांती विपथगा, विध्वसिनी आहे, विदग्धकारिणी आहे !"

ह्या तर सर्व गप्पा आहेत. कविंचा शब्द-विस्तार आहे. अशी क्रांती करून काय मिळणार ?"

ती हसू लागली. क्रांतीने काय मिळले ? काही नाही. जे काही आहे, कदाचित ते पण नाहीसे होईल. पण यामुळे हे सिद्ध होत नाही की क्रांतीला विरोध करायला हवा. आपण इकडे लक्ष पण दिले नाही पाहिजे की क्रांती केल्याने काय फायदा होईल."

काय !"

"कोड असणारा रोगी ज्यावेळी डॉक्टरकडे जातो, त्यावेळी हेच सांगतो की मला यातून मुक्त करा. असे नाही विचारत की हा रोग दूर झाल्यावर माझा काय फायदा ! क्रांती एक भयंकर औषध आहे, ती कडवी आहे, वेदनाजनक आहे, जाळणारी आहे, परंतु आहे औषध. रोगाला आवश्य पळवून लावते. परंतु त्यांनतर, आरोग्यासाठी ज्या पथ्याची आवश्यकता असते, ते त्यात शोधल्यावर निराशाच होणार, यासाठी क्रांतीला दोष देणे म्हणजे मूर्खपणाच आहे.

मला काहीच बोलता आले नाही. गुमान तिच्या चेहऱ्याकडे पहात राहिलो. थोड्या वेळाने बोललो, "एक विचारू ?"

"काय !"

"तुझे नाव काय काय आहे ?"

"का ? असंच. कुतूहल म्हणून."

वडीलांने जे नाव दिले होते, ते नाव त्या दिवशीच संपले, ज्या दिवशी विवाह झाला. पतीने जे नाव दिले होते, ते मी आज विसरले. आता माझे नाव मेरिया इवानोवना आहे."

थोडावेळ आम्ही गप्पा राहिलो. मी तलवारीकडे पहात म्हटले, हे-हे कसं झालं ?"

तिच्या विचित्र निळ्या डोळ्यातील सुप्त ज्योत पुन्हा पेटली. ती तिच्या हाताकडे पहात बालली, ती फारच बिभत्स कहानी आहे." नंतर आपोआप, "नाही, रक्त नाही लागले." कुतूहल असतानाही आग्रह नाही केला. इतक्या वेळात मला हे समजले होतं की या बाईला (किंवा राक्षसी) समजावणं कठीण आहे. तिच्यावर त्याचा काही परिणाम होणार नाही. तिने स्वतःलाच काही सांगावं या प्रतिक्षेत मी गप्प राहिलो. मला निराश नाही व्हावं लागलं.

ती आगीकडे पहात हळूच बोलली, तर ऐका, आज मी जे काही करीत आहे, ते मी कधीच कोणाला सांगितले नाही, कदाचित आता कोणाला सांगणार नाही. मी इथे आल्यावर तुमचा पत्ता विचारला, तेव्हा मी तुमच्यासोबत काही बोलेल याची थोडी पण कल्पना नव्हती. फक्त पैसे मागण्याच्या उद्देशाने आले होते. आता माझा विचार बदलला आहे. मला पैसा नाही पाहिजे. मी-

"मी माझं काम पूर्ण करून मॉस्कोमधून पळून जाणार होते. परंतु आता नाही पळणार."

"आणि काय करणार ?"

"अजून एक काम बाकी आहे. अजून एक वेळ भिक मागायचे आहे. त्यांनतर-" ती अचानक थांबली. मग तलवारीवरून बोटे फिरवत स्वतःशी बालली, "ही किती धारदार आहे !"

मी धाडस दाखवत विचारले, भिकेची गोष्ट तू केली होतीस आणि त्यागाची पण. माझ्या काही लक्षात येत नाही.'

आता सांगू लागले आहे तर सगळं काही सांगून टाकेन. आता लाजण्यासारखं काही उरलं नाही. स्त्रीत्व तर आधीच गमावलं आहे. आज मानवता पण गमावली ! आणि पुन्हा आजच्यानंतर सर्व काही एक होऊन जाईल. पण तुम्ही शांतपणे ऐकून घ्या, मध्येच अडवू नका."

मी प्रतिक्षा करीत राहिलो. ती निरागसपणे कथा सांगू लागली. जणू स्वप्नात सांगू लागली आहे, जणू मशीनमधून ध्वनी येत आहे.

"तुम्ही माइकेल क्रेस्की यांचे नाव ऐकले आहे ?"

तोच जो पीटर्सबर्गमध्ये पोलिसाच्या तीन अधिकाऱ्यांना मारून गायब झाला होता?"

होय, तोच. ते आमच्या संघटनेचे प्रमुख होते.' असे म्हणत तिने माझ्याकडे पाहिले. मी काही बोललो नाही, परंतु माझ्या चेहऱ्यावरचे आश्चर्याचे भाव तिने स्पष्टपणे पाहिले असतील. ती पुन्हा सांगू लागली, "ते काल इथे मॉस्कोमध्ये अटक झाले आहेत."

क्षणभर निःस्तब्धता होती.

पण त्याला अटक केल्यावरही पोलिसांना हे समजेल नाही की तो कोण आहे ? केवळ क्रांतीकारक असल्याच्या संशयावरून त्यांना अटक केली होती. मला ही बातमी समजली, तर मी ठरवले की याचा शोध घ्यावा. मी एका साधारण स्त्रीसारखा पेहराव करून पोलिस स्टेशनमध्ये गेले. तिथे जऊन मी माझा परिचय सांगितला की मी त्यांची बहिण आहे. गावावरून त्यांना सोडवायला आले आहे. तोपर्यंत पोलिसांना त्यांच्यावर कसलाही शंका नव्हती. परंतु सगळीकडून, पीटर्सबर्गमधूनही चौकशी चालू होती.

आधी तर वाटले की पीटर्सबर्गमधील सहकाऱ्यांना बोलावणे पाठवावे, त्यांच्या मदतीने त्यांना सोडविण्याचा प्रयत्न करावा. परंतु त्यासाठी वेळ नव्हता-माहीत नाही त्यांनाही कधी पीटर्सबर्गमधून बोलावणे येईल ! मी एकटी विनंती करण्याशिवाय काहीही करू शकत नव्हते-उफ ! माझ्या विवशतेवर किती क्रोध येत होता ! मी दात

खाऊन गप्प बसले. अशाप्रकारे माझी असमर्थता सिद्ध होत नव्हती, तोपर्यंत क्रांतीची आवश्यकता पण पूर्ण होत नव्हती.

माझ्याकडे पाहून आणि मी ऐकतो आहे, हे लक्षात घेऊन, ती बोलली.

मग मी विचार केला की मला एकटीला जे करणे शक्य आहे ते मी करावे, त्यासाठी मला फाशी दिली तरी चालेल ! मी ठरवले-माझा संकोच दूर झाला. काल संध्याकाळी मी जनरल कोल्पिनच्या बंगल्यावर गेले होते. त्यावेळी तिथे कर्नल गोरोव्हस्कीही तिथे हजर होते. आधी तर मला आत जाऊ दिले नाही. पहारेकऱ्यानं माझ्याकडे जे काही होतं ते माझ्याकडून काढून घेतलं. खूप विनवण्या केल्यावर मला आत प्रवेश मिळाला !

मला पाहून प्रथम जनरल कोल्पिनने मला खडसावले. मग माहीत नाही काय विचार करून तो म्हणाला, का, काय भानगड आहे ? मी काल्पनीक तयार केलेली कथा त्यांना ऐकवली की माझा भाऊ निर्दोष होता, पोलिसांनी विनाकारण त्याला अटक केली आहे. जनरल साहेब मोठे आसामी आहेत, सगळं काही त्यांच्या हातात आहे, पाहिजे त्याला ते सोडवू शकतात-मी त्यांच्यासमोर रडलेही, त्यांचे पाय पण धरले, त्याचे, ज्याची जीभ मी उपटली असती !

तो गुमान ऐकत राहिला. मी सांगितल्यावरही गप्पच होता. थोड्या वेळाने त्याने गोरोव्हस्कीला डोळ्यानेच इशारा केला. काही कानगोष्टी केल्या, गोरोव्हस्की मला म्हणाले, इकडे, तुला काही सांगायचे आहे." मी त्यांच्यासोबत दुसऱ्या खोलीत गेले. तिथे गेल्यावर ते म्हणाले, हे पहा, आता सगळं काही माझ्या हातात आहे, पण उद्या असेलच असे नाही. आम्हाला त्याला कोर्टात घेऊन जावे लागेल."

"नंतर ?'

असे बोलून तो गप्प झाला. मी म्हणाले, आपण मालक आहात, तुम्ही जसे सांगाल, तसे मी करील." तो म्हणाला, जनरल साहेब तुझ्या बंधूवर दया करायला तयार आहेत-पण एका अटीवर." मी उत्सुकतेने विचारले, काय ? तो माझ्या अधिक जवळ आला, मग हळू आवाजात बोलला, मेरिया इवानोवना, तू फार सुंदर आहेस-ती बोलता बोलता गप्प झाली. मी मान वर करून तिच्याकडे पाहिले, तिचे डोळे विचित्र तेजाने चमकत होते. ती टेबलावरून उठत माझ्यासमोर उभी राहिली. म्हणाली, माहीत आहे, त्याची काय अट होती. अशी अट तुम्हाला स्वप्नातही आठवणार नाही. हिच एक अट होती, हेच एकमेव बलिदान होतं, ज्यासाठी मी तयार होऊन गेले नव्हते."

ती पुन्हा गप्प झाली. शर्टची कॉलर आणि गळ्यातला रूमाल धरून ती काळी वेळ माझ्याकडे पहात राहिली. नंतर एक झटका देत कॉलर आणि रूमाल सोडत बोलली, पहा, गुरूजी, असे सौंदर्य तुम्ही कधी पाहिले आहे ?"

तिचा चेहरा रूमाल आणि टोपीने झाकला होता, आता सगळा दिसत होता. त्याच्या खाली तिचा गळा आणि वक्ष उघडे दिसत होते, तिचे ते अवर्णनीय तारूण्य, ते उमलणारे सोंदर्य, ओठांवर दाबलेले उदास हसू, रंगीबेरंगी कंठ आणि वक्ष-असे अनोखे सोंदर्य मी खरोखरच पाहिले नव्हते. माझ्या अंगात वीज संचारली, नंतर मी नजर वळवली-

परंतु तिचे ते विस्तीर्ण डोळे, निर्विकार, त्याचा तो दवबिंदूप्रमाणे शतल प्रकाश-त्यात राग, करूणा, दुःखाचा अभाव-ती शुक्रताऱ्यासारखी हिरवी ज्योत !

मला वाटलं, काही बोलावं, खूप प्रयत्न केला तरीपण आवाज निघाला नाही. त्याने, त्यावर-नर पिशाच्च गोरास्कीने, माझ्याजवळ येऊन म्हटले, मेरिया इवानोवना, तू अतुलनिय सुदंर आहेस, तुझ्यासाठी तुझ्या बंधूला सोडवणे सामान्य बाब आहे-माझ्यावर जणू वीज कोसळली. क्षणभर मला या अटीचा अर्थपण समजला नाही. पण सागरी लाटाप्रमाणे माझ्या मनात क्रोधाची एक लाट आली. माझा चेहरा लाल झाला. मी म्हणाले, पापी कुत्र्या ! आणि चपळाईने बाहेर गेले. परंतु मागे त्याचं हसू आणि हे शब्द कानावर पडले-उद्या सांकाळपर्यंत प्रतिक्षा करील, त्यांनतर-"बाहेर थंडीत आल्यावर मला नेमकं काय ते समजलं. मी शांतपणे विचार करू लागले. मी काय केले पाहिजे ? माइकेल क्रेस्की महत्त्वाचे अधिक आहते की त्यांचा मृत्यू ? कधीच नाही. त्यांना सोडवायचं तर कसं ? पोलिसांना सापडणार नाही या आशेवर बसायचे का ? फसवणूक! त्यांनी त्यांना ओळखले तर ! पीटर्सबर्गवरून कोणाला बोलवावे ? पण तितका वेळ कुठे आहे ? एकटी काय करणार ? ती अट ?"

महत्त्वाचं काय आहे, आमचं कार्य, देश, राष्ट्र ! एका स्त्रीचं स्त्रीत्व ! मी निर्णय घेतला. कदाचित माझ्याकडून चूक झाली. कदाचित या निर्णयासाठी दुनिया, माझे क्रांतीकारक बंधू, मला दोष देतील, कदाचित मला नरक यातना होतील-पण माझ्या निर्णयक्षमतेत योग्य असलेल्या यातनापेक्षा नरकात यापेक्षा अधिक काय असेल ?

ती पुन्हा थांबली. यावेळी मला रहावले नाही. मी अंत्यत उतावीळ होऊन विचारले, "काय ठरवले घेतला आहेस ?"

आता या ठिकाणाहून जनरल कोल्पिनच्या घरी जाईल. पण ऐका, अजून माझी गोष्ट पूर्ण झाली नाही. आज सकाळी सहा वाजता मी कर्नल गोरास्कीच्या घरी गेले.

मला पहाताच तो हसला, मेरिया, तू जितकी सुंदर आहेस, तितकीच बुद्धिमान आहेस. इज्जतीचं काय, वारंवार गेली तरी कायम रहाते. भावाचा जीव एकदा गेला तर पुन्हा नाही मिळणार ! मी मान खाली करीत म्हटले, होय, तुम्ही साहेबांना निरोप पाठवा की त्यांची अट मला मंजूर आहे."

तो त्यावेळी कपडे काढून ठेवत होता. म्हणाले, तू इथेच थांब, मी टेलिफोनवर सांगून टाकतो.' तो टेलिफोनवर बोलू लागले. पाठमोरा होता तो. मला अचानक काही आठवले-मी म्यानमधून त्याची तलवार काढली, दबक्या पाऊलाने जाऊन त्याच्या मागे उभी राहिले. टेलिफोनवर बोलणं झालं होतं. गोरोस्की बोलणं बंद करून फोन ठेवणारच होता, तोच मी त्याच्या पाठीत तलवार भोसकली ! त्याने उसासाही टाकला नाही...धान्याच्या पोत्यासारखा खाली बसला. मग मी त्याचा मृतदेह उचलून खिडकीच्या बाहेर फेकून दिला आणि पळून आले !'

मी विचारले, "तुझ्या या हाता इतकी शक्ती आहे !"

ती हसली, बोलली, "मी क्रांतीकारक आहे, हे पहा !"

तिने तलवार उचलली, एका हाताने मूठ आणि दुसऱ्या हाताने टोक धरले आणि बोलली, हे पहा ! पहाता पहाता तिने तिला गुडघ्यावर मारले-तलवारीचे दोन तुकडे झाले ! तिने ते दोन तुकडे टेबलावर ठेवले.

मी विचारले, "आता...आता काय करणार ?"

आता कोल्पिनच्या घरी जाईल. क्रेस्कीला सोडवणार. त्यांनतर ? त्यानंतर.."

तिने तिच्या खिशात हात घालून एक रिव्हॉलव्हर काढला, "हा पण गोरोव्हस्कीच्या घरी मिळाला. "

"पण याचं काय करणार ?"

"उपयोग !" म्हणत तिने त्याला लपवले.

त्यांनतर चार-पाच मिनिटे कोणी काही बोललं नाही. मनातली मनात मी तिच्या सर्व कथेचं रसग्रहण कंल. किती भिषणता, किती करूणा होती ! तिचा काय दोष होता ? केवळ इतका की ती क्रांतीकारक होती ! अचानक मला एक गोष्ट आठवली ! मी विचारले, तू म्हणाली होतीस की तू यापुर्वीही भिक्षा मागितली होती-या प्रकारची. सांगणार ते काय होतं ?"

ती आतापर्यंत उभी होती, आता पुन्हा टेबलावर बसली. म्हणाली, "ती जुनी गोष्ट आहे. त्या दिवसाची, जेव्हा मी पीटर्सबर्गमधून पळाले होते. एकटी नाही, सोबत एक मुलगी पण होती-तुम्ही पॉलिनाचे नाव ऐकले आहे ?'

"हो, ऐकले तर आहे. कुठे ऐकले ते आता आठवत नाही."

"ती नोव्गोरोडमध्ये पकडल्या गेली होती-वेश्यांच्या गल्लीत-आणि गोळी मारली तिला. हो, मला आठवलं. त्यानंतर फार गोंधळी झाला होता की असं का घडले ? परंतु काही उपयोग झाला नाही."

हो. त्या दिवशी मी नोव्हगोराडमध्येच होते-त्याच घरात ! आम्ही दोघी तिथेच रहात असत. एका वेश्यांच्या घरीच, तिथे दररोज लोक यायचे आमच्या शरीराला पहायचे. घाणेरडे इशारे करायचे, आणि आम्ही बसून सगळं पहायचोत, जेव्हा पिळलेल्या लिंबाप्रमाणे आजाराने ग्रस्त असे भांडवलदार भारी कपडे परिधान करून फुशारकी मारत येत-उफ ! ज्याने ते पाहिले नाही, तो भांडवलवाद आणि साम्राज्यवादाचा दूरगामी परिणाम असू शकत नाही ! अतिरिकत संपत्तीमुळे समाजात किती वाईट गोष्ठी येतात, हे समजून घेण्यासाठी ते पहाणे गरजेचे आहे !

नंतर ते बाजूच्या खोल्यांत जायचे-कुठे कुठे अंधार असायचा-मग ?"

थोडा वेळ ती शांत राहिली. मग बोलली, कधी कधी त्यांच्याकडे एक तरूण पण यायचा. शांत, सुंदर, सुडौल-तो यायचा तेव्हा ते घर आणि त्यात रहाणारी माणसं खूप रागीट, किती घाणेरडी वाटतात, परंतु तो जर आला नसता, तर आमचा तिथेच मृत्यू झाला असता, इतके दुःखद दृष्य होते ते !

ते होते आमचे सहायक, आमचे सहकारी, जे पीटर्सबर्गवरून घोषणापत्राचे वाटप करायला आले होते. ते आम्ही त्यांना द्यायचोत. ते त्यांची वाटप करायचे. नोव्गोरोडमध्ये आम्ही आमची संस्थेची शाखा तशाप्रकारची बनवली. नंतर नोव्हगोरोड पासून आर्कएंजलमध्ये तीन गव्हर्नरची हत्या झाली, जेरोस्लावलमध्ये राजकर्मचाऱ्यांचे घर जाळण्यात आले, नोव्हगोरोडमध्ये पोलिसांचे अनेक अधिकारी मारल्या गेले. नंतर पॉथलना पकडल्या गेली, आणि मी मॉस्कोमध्ये आले."

"पण तिला कसं पकडण्यात आले ?"

ते ज्या क्वार्टरमध्ये रहात होते ते फक्त रात्रीच उघडले जात होते- दिवसा ते तसेच असायचे-तडकलेल्या ज्वालामुखीच्या शिखरावर स्फोट झाल्यांनतर पॉलिना जाड कोट धालून, चेहरा झाकून बाहेर आली, तिच्या खिशात काही कागदपत्रे होती आणि एक पिस्टॉल, ती एक पत्र पोहचते करायला जाणार होती. यावेळी-"

घड्याळात टन टन आकरा वाजले. ती दचकून उठली आणि म्हणाली, फारच उशीर झाला, आता मी जाते."

"कुठे ?"

"कोल्पिनकडे-शेवटची भिक्षा मागायला."

तिने घाईने तिच्या कोटाचे बटन बंद केले आणि उठली. मी उभा राहिलो. मी थांबत थांबत म्हणालो, स्वातंत्र्ययुद्धात अनेकजणांचा बळी द्यावा लागतो." जणू मी स्वतःच स्वतःची समजूत घालत होतो.

ती बोलली, अशा स्वातंत्र्ययुद्धात अनेकजणांचे डोके फुटतात किंवा हृदय, कोण सांगू शकतो ?"

"मी गप्प असा उभा राहिलो. ती थोडी हसली, नंतर म्हणाली, जीवन कसं विचित्र आहे, माहीत आहे गुरूजी ? मी आले होते पैसे घेऊन फरार होण्यासाठी आणि चालले, स्मृती-स्वरूप ते बीज रोपन करून-अशांतीचे बीज !

जिकडे तिने संकेत केला होता, मी तिकडे पहातच राहिलो. लॅम्प आगीच्या प्रकाशात अधिकच लाल-लाल चमकत होता-तिच्या त्या तलवारीची मूठ !

अचानक दरवाजा उघडून बंद झाला. माझे स्वप्नं भंगले, मी डोळे उघडून पाहिले.

पाऊस अद्यापही होत होता, गारा पडत होत्या. परंतु ती तिथे नव्हती. मी एकटा होतो आणि ते शांतीचे बीज !

ते बीज कसे प्रस्फुटित झाले, ते पुन्हा सांगेल. आता त्या दिवशीची गोष्ट पूर्ण करायची आहे.

ती निघून गेली. पण माझा लेख नाही पूर्ण करू शकलो-एकदा मी कागदाकडे पाहिले, 'यशस्वी क्रांती !' दोन शब्द माझ्याकडे पाहून हसत होते-विस्मृत बलिदानाचा शांतीजनक निष्कर्ष !' प्रवंचना ! मी ती कागदं फाडून आगीमध्ये टाकले. तरीपण शांतता नाही मिळाली. मी विचार करू लागलो, यानंतर ती काय करील ? कोल्पिनच्या घरात-माइकेल क्रेस्की तर कदाचित मुक्त होतील-पण त्यांनतर ?

त्याचा उद्धार म्हणून आनंद, उल्हास, गौरव कुठे असतील ? तिथे असेल व्यथा, प्रज्वलन, पशुत्वाचे तांडव ! तिथे स्वातंत्र्याचे उद्दाम आवाहन व्हायला हवे, तिथे काय असेल ? एका स्त्रीच्या हृदयाचा तुटलेला आवाज !

मी उठलो आणि दिवा विझवला. खोलीत अंधार झाला, फक्त शेकोटीच्या आगीमुळे कुठे कुठे लाल प्रकाश पडू लागला आणि त्यात खुर्चीचे पाय विचित्र असे नृत्य करू लागले ! मी त्याला पाहून पुन्हा विचार करू लागलो, याचवेळी कोल्पिनच्या घरी माहित नाही काय घडत असेल-मेरिया तिथे पाहचली असेल, कदाचित क्रेस्की मॉस्कोच्या कोणत्यातरी गल्लीत जीव वाचूवन पळत असेल-तो काय विचार करीत असेल की त्याचा उद्धार कसा होईल ? मेरियाबद्दल त्याला माहित असेल ? कदाचित तिथे त्यांचे

मिलन होईल पण कोल्पिन का होऊ देईल ? मेरियाच्या बलिदानाची गोष्ट कदाचित कोणाच्या लक्षात येणार नाही. अथांग सागरात वाहून जाणाऱ्या अचानक विझून जाणाऱ्या दिव्याप्रमाणे तिची कथा तिथे संपून जाईल आणि तिचे नाव माहीत पण होणार नाही ! कसले विडंबन आहे हे !

बारा वाजले होते. मी दचकलो, एक अंत्यत बिभत्स दृष्य माझ्या डोळ्यासमोर नाचू लागले. कोल्पिन आणि मेरिया-त्या दृष्याचा विचार देखील मी सहन करू शकलो ! उठलो आणि दरवाजा उघडला आणि दरवाज्यात उभा राहून पाऊस पाहू लागलो. एखादी गार माझ्याही अंगावर पडत असे. परंतु माझे त्याच्याकडे लक्ष गेले नाही. मी डोळे फाडून रात्रीच्या अंधरातील पाऊसाचे थेंब पहाण्याचा प्रयत्न करीत होतो.

पूर्वेकडे थोडी आभा दिसू लागली, तेव्हा माझे जागृत स्वप्न भंग झाले. तेव्हा मला समजले की माझे हात पाय थंडीने बधिर झाले आहेत. "मी जणू पाऊसाला सांगत होतो, तिथे जे घडायचे होते, ते घडून गेले असेल." मग मी दरवाजा बंद केला, आत गेलो आणि थंड पडलेल्या शरीराला गर्मी मिळावी म्हणून बिछान्यावर आडवा झालो.

त्या दिवसाची घटना इथेच संपते. पण त्यानंतर एक दोन घटना आणखी घडली, ज्याचा या घटनेशी घनिष्ठ सबंध आहे. ती पण इथे सांगेल.

त्यानंतरच्या दुसऱ्या दिवशी मी वाचले, काल रात्री जनरल कोल्पिन आणि कर्नल गोरोव्हस्की दोघेही त्यांच्या घरात मारल्या गेले. जनरल काल्पिनची हत्या एका स्त्रीने पिस्तोलने केली. त्यांना मारल्यानंतर तिनेही आत्महत्या केली. कर्नल गोराव्हस्की त्यांच्याच घरी तलवारीने मारलेले आढळले. सांगण्यात येत आहे की त्यांची तलवार आणि पिस्तोल दोन्ही गायब आहेत. ज्या पिस्तोलने जनरल कोल्पिनची हत्या करण्यात आली, त्यावर गोराव्हस्की आणि कोल्पिन साठी ती स्त्री घातक ठरली. पोलिस कसून तपास करीत आहेत, परंतु अजून हाती काही लागले नाही."

क्रेस्की यांचे कुठे नावही नव्हते.

ते रहस्य अद्यापही उलगडले नाही. हो, पण काही दिवसानंतर मी ऐकले की माइकेल क्रेस्की पीटर्सबर्गच्या जवळ पोलिसासोबत लढताना मारल्या गेले-

ते रहस्य तसेच राहिले. कदाचित माइकेल क्रेस्कीला स्वतःला पण कधी हे समजले नाही की ते मॉस्कोवरून त्या दिवशी मध्यरात्रीच्या वेळी त्यांना अचानक का सोडून देण्यात आले-

पण मनात पेरलेले अशांततेचे बीज दाबता आले नाही. ज्या दिवशी मी ऐकले की माइकेल क्रेस्की मारल्या गेला, तेव्हा माझ्या रक्तवाहिनीत रशियन रक्त उसळले-

क्रेस्कीमुळे नाही, तर मेरिच्या शब्दांच्या आठवणीमुळे. मी माझ्या शाळेत एक व्याख्यान दिले, ज्यामध्ये मी माझ्या आयुष्यात पहिल्यांदाच क्रांतीला शुद्ध अंतःकरणाने पाठिंबा दिला.

त्यांनतर मला रशियातून हद्दपार करण्यात आले, कारण क्रांतीच्या समर्थकांना रशिमध्ये जागा नव्हती !

आज मी पॅरिसमध्ये रहातो, मॉस्कोप्रमाणे, मी अजूनही शिकवण्याचे काम करत आहे, परंतु मला आता त्यात रस नाही. आजही मी क्रांतीवरील पुस्तकांचा अभ्यास करतो, पण आता वाचताना माझे लक्ष फक्त माझ्या अज्ञानाकडेच असते. आजही माझा तो संग्रह तसाच पडून आहे, पण आता त्यातली सर्वांत महत्त्वाची वस्तू आहे ती तुटलेली तलवार. होय, आता मी व्याख्यान देत नाही, आता एक विचित्र खिन्न अशांतता, एक त्रासदायक अपराधीपणा माझ्या हृदयात वास्तव्य करते-

ज्वालमुखीतून आग बाहेर पडते आणि विझते, परंतु गोळा झालेल्या लाव्हाचे काळे दगड जमा झालेले असतात, वादळ येते आणि शांत होते, पण त्याने वाहून आणलेला केर कचरा तसाच इकडे तिकडे पडलेला असतो. ती तुटलेली तलवार तिच्या आगमनाची आठवण आहे. जेव्हा कधी मी तिच्याकडे पहातो, दोन न सुटलेले प्रश्न माझ्या समोर येतात, मी अचानक विचारतो, मेरिया इवानोवना, तू मानवी होतीस की दानवी, किंवा स्वर्गाचा रस्ता विसरलेली देवी ?

***

मराठी पुस्तकें

  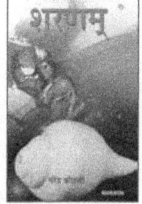  

डायमंड बुक्स

X-30, ओखला इंडस्ट्रियल एरिया, फेज- II, नयी दिल्ली- 110 020
फोन : 011- 40712200, www.diamondbook.in, sales@dpb.in

मराठी पुस्तकें

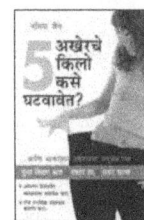    

डायमंड बुक्स

X-30, ओखला इंडस्ट्रियल एरिया, फेज- II, नवी दिल्ली- 110 020
फोन : 011- 40712200, www.diamondbook.in, sales@dpb.in

www.ingramcontent.com/pod-product-compliance
Lightning Source LLC
LaVergne TN
LVHW090004230825
819400LV00031B/523